# അബ്സല്യൂട്ട് മാജിക്

## അനിൽകുമാർ സി.പി.

ആലപ്പുഴ ജില്ലയിൽ പുന്തല, വെണ്മണി സ്വദേശി. അധ്യാപകരായിരുന്ന പത്മനാഭൻ, ചന്ദ്രമതി എന്നിവർ മാതാപിതാക്കൾ. പന്തളം എൻ എസ്സ് എസ്സ് കോളേജിൽ വിദ്യാഭ്യാസം. ദുബായിൽ ഷേഖ് റഷീദ് ഹോസ്പിറ്റലിൽ ഹൗസ്കീപ്പിംഗ് മാനേജറായി ജോലി ചെയ്യുന്നു.

'പുരുഷാരവം', 'ഓർമ്മകളുടെ ജാലകം' എന്നീ കഥാസമാഹാരങ്ങളും 'മണൽനഗരത്തിലെ ഉപ്പളങ്ങൾ' (കുറിപ്പുകൾ), നിരവധി ആന്തോളജികളിൽ കഥകളും പ്രസിദ്ധീകരിച്ചിട്ടുണ്ട്.

കേസരി നായനാർ കഥാപുരസ്കാരം, മെഹ്ഫിൽ ഇന്റർനാഷണൽ കഥാപുരസ്കാരം, പാം പുസ്തകപ്പുര കഥാപുരസ്കാരം, അക്കാഫ് കഥാപുരസ്കാരം, അസ്മൊ പുത്തഞ്ചിറ കഥാപുരസ്കാരം, പ്രവാസി ബുക്ക്ട്രസ്റ്റ് കഥാപുരസ്കാരം, സൂപ്പർ ബ്ലോഗ്ഗർ റണ്ണർഅപ്പ്, ദുബായ് ഭാവനാ കഥാപുരസ്കാരം, കാണാപ്പുറം മാഗസിൻ കഥാപുരസ്കാരം, ദുബായ് യുവകലാസാഹിതി കഥാപുരസ്കാരം തുടങ്ങിയവ ലഭിച്ചിട്ടുണ്ട്.

ഭാര്യ, അധ്യാപികയായ അമ്പിളി.
മകൻ: അബു അനിൽ.

**വിലാസം:**

ചന്ദ്രാലയം,

പുന്തല പി. ഒ.

വെണ്മണി - 689509

മെയിൽ: ak.ceepee@gmail.com

**അനിൽകുമാർ സി.പി.**

# അബ്സല്യൂട്ട് മാജിക്

കഥാസമാഹാരം

**മാക്സ് ബുക്സ്**
2023

വില: **180** രൂപ

**Absolute Magic**
***By Anilkumar C.P.***
Malayalam

Published by:-
**MAX BOOKS**
Maxlive Media Solutions Pvt Ltd.
Muppathiyil Building, Muttambalom Post,
Kanjikuzhy, Kottayam 686 004
maxlivemediasolutions@gmail.com
maxbookskerala@gmail.com
Ph: 90740 98776

*Cover Design:*
*Leo Jayan*

Printed in India
at Max, Kottayam

Edition:
Second Editon May 2023
Copies: 1000
Price: Rs. 180

ISBN: 978-93-91085-83-4

---

## പ്രസാധകക്കുറിപ്പ്

വ്യത്യസ്തമായ കഥാമുഹൂർത്തങ്ങൾ സമ്മാനിക്കുന്ന 'അബ്സ ല്യൂട്ട് മാജിക്' എന്ന കഥാസമാഹാരത്തിന്റെ രണ്ടാംപതിപ്പാണിത്. ഒരു പുസ്തകത്തിന്റെ രണ്ടാം പതിപ്പ് പ്രസിദ്ധീകരിക്കാൻ കഴിയുക എന്നത് ഒരു പ്രസാധകനെ സംബന്ധിച്ചിടത്തോളം അഭിമാനിക്കാ നുള്ള കാര്യമാണ്. അതിലേറെ, ഈ കഥകൾ വ്യാപകമായി വായി ക്കപ്പെടുകയും നിരവധി ആസ്വാദനങ്ങളും പഠനങ്ങളും വന്നുവെ ന്നതും സന്തോഷം നൽകുന്നു. എന്നിരുന്നാലും, ഇത് പരക്കെ വായ നക്കാരിലെത്തണം, ഇതിലെ കഥകൾ പുതിയ സാഹചര്യത്തിൽ വീണ്ടും ചർച്ചചെയ്യപ്പെടണം എന്നുള്ള ആഗ്രഹമാണ് അനിൽകു മാർ സി.പി.യുടെ ഈ പുസ്തകത്തെ ഇത്രവേഗത്തിൽ വീണ്ടും അണിയിച്ചൊരുക്കാൻ പ്രേരിപ്പിച്ചത്.

**അജീഷ്ചന്ദ്രൻ**
പ്രസാധകൻ

# അപരനെ ഉൾക്കൊള്ളാനാവാത്ത കാലത്തിന്റെ കഥകൾ

ഡോ. മിനി പ്രസാദ്

ഏതു വ്യക്തിയുടെയും ആദ്യ പാഠശാല വീടും ആദ്യ അദ്ധ്യാപകർ മാതാപിതാക്കളുമാണ്. പിന്നീട് ലോകത്തേയും ജീവിതത്തേയും നേരിടാനുള്ള എല്ലാ പാഠങ്ങളും അഭ്യസിക്കേണ്ടതും വീട്ടിൽ നിന്നുതന്നെയാണ്. ഒരു സമൂഹമായി മാറാൻ, അല്ലെങ്കിൽ സമൂഹത്തിന്റെ ഭാഗമാവാൻ ഓരോ വ്യക്തിയും കുടുംബാന്തരീക്ഷത്തിലൂടെ പാകപ്പെട്ടുവരികയാണ്. ആദ്യം വീടുവിട്ട് പുറത്തേക്ക് എത്തുന്ന കുട്ടികൾ സ്കൂളിൽ അധ്യാപകരോടൊപ്പം കഴിയുന്ന നാളുകളിൽ, അവരും നല്ല മാതൃകകളായി പൊതുസമൂഹത്തിൽ ഏതുതരം സാഹചര്യങ്ങളെയും നേരിട്ടുകൊണ്ട് ജീവിക്കുവാൻ കുട്ടികളെ സഹായിക്കേണ്ടതുണ്ട്. അതിന് ഏറ്റവും ആവശ്യം ഓരോ കുട്ടിയെയും അദ്ധ്യാപകർ പൂർണ്ണമായും മനസ്സിലാക്കുകയാണ്. ദൗർഭാഗ്യവശാൽ നമ്മുടെ വിദ്യാലയങ്ങൾ ഇപ്പോൾ കുട്ടികളെ മനസ്സിലാക്കുന്ന ഇടങ്ങളേ അല്ല. ഭാവി ഡോക്ടറന്മാരെയും എൻജീയറന്മാരെയും സൃഷ്ടിച്ചെടുക്കുന്ന വാർപ്പ് മാതൃകകളായി ഓരോ വിദ്യാലയവും മാറിയിട്ടുണ്ട്. പഠനം എന്ന ഏകവാക്കും ഗ്രേഡ്, റാങ്ക് എന്ന ലക്ഷ്യവും അല്ലാതെ ഒന്നുമൊന്നും അത്തരം വിദ്യാലയങ്ങൾ കുട്ടികളോട് പറയുന്നതേയില്ല. വലിയ കെട്ടിടങ്ങളും അനുബന്ധ സൗകര്യങ്ങളും കണ്ട് ഭ്രമിച്ചു നിൽക്കുന്ന മാതാപിതാക്കൾക്കാവട്ടെ സ്കൂളുകൾ ദേവാലയങ്ങളാണ്. ഈ സ്കൂളുകളിൽ പേരിന് എല്ലാ സൗകര്യങ്ങളും ഉണ്ടാവും, പക്ഷേ കുട്ടികൾ യഥാർത്ഥത്തിൽ അനാഥരായിരിക്കും. അവരുടെ മോഹങ്ങൾക്കോ സ്വപ്നങ്ങൾക്കോ ഒരു സ്ഥാനവും ഇല്ലാത്ത, അവരുടെ സങ്കടങ്ങൾ ഏറ്റെടുക്കാനാരും ഇല്ലാത്ത ഒരിടത്ത് ആ സ്വപ്നങ്ങൾ വാടിപ്പോകുന്നു. പാഠപു

സ്തകങ്ങൾക്കപ്പുറം മറ്റൊരു ലോകം കൂടി കണ്ടെത്തിയാൽ അത് ശ്രദ്ധക്കുറവായി മാറുന്നു. ഇങ്ങനെ ശ്രദ്ധക്കുറവ് കാണിക്കുന്ന ഒരു കുട്ടിയെ ഒരു സ്കൂൾ എങ്ങനെയാണ് കൈകാര്യം ചെയ്യുന്നതെന്നാണ് അനിൽകുമാർ സി. പി.യുടെ 'അബ്സല്യൂട്ട് മാജിക്' എന്ന കഥ നമ്മോട് പറയുന്നത്.

സ്കൂളിൽ നിന്ന് അശ്വിന്റെ അമ്മക്ക് വരുന്ന ഫോൺ കോൾ അവന്റെ പ്രവർത്തികൾ വളരെ അപകടകരമാം വിധം അവരെ പ്രകോപിപ്പിച്ചതിന്റെ രോഷം നിറഞ്ഞതായിരുന്നു. അവിടെ എത്തുമ്പോഴാവട്ടെ അതീവ മാരകമായൊരു കുറ്റം ചാർത്തപ്പെട്ടവനായി അശ്വിൻ മാറിയിരുന്നു. അവൻ തന്റെ ബാഗിനുള്ളിൽ ഒരു കത്തി സൂക്ഷിച്ചുവെച്ചുവെന്നും അത് ഒരു സഹപാഠി കണ്ടുവെന്നും ഉള്ള കുറ്റം. പ്രിൻസിപ്പലിന്റെ മുറിയിൽ ഒരു സംഘം തന്നെ ഉണ്ടായിരുന്നു. അവർ വർഷങ്ങൾകൊണ്ട് നേടിയെടുത്ത അവരുടെ റെപ്യൂട്ടേഷനെപ്പറ്റി വാതോരാതെ പറഞ്ഞുകൊണ്ടിരുന്നു. പേഴ്സണൽ കൗൺസിലർ അവന്റെ ബർത്ത്ഡേ ആണെന്ന കാര്യം മറന്നുപോയ അമ്മയെ കുറ്റപ്പെടുത്തുകയും ആ കത്തികൊണ്ട് അവനൊരാളെ കൊല്ലാൻ പദ്ധതിയിട്ടിരുന്നു എന്ന് താൻ കണ്ടെത്തി എന്നും പറയുമ്പോൾ സുമിത്ര എന്ന അമ്മ തളർന്നുപോകുന്നു. നേരത്തേ ഇതേ പേഴ്സണൽ കൗൺസിലറുടെ മുന്നറിയിപ്പുകളെത്തുടർന്ന് അവനറിയാതെ സുമിത്ര അവനെ കുറച്ചുകാലം നിരീക്ഷിച്ചിരുന്നു. അവനെന്തെങ്കിലും പ്രണയബന്ധങ്ങളിൽ അകപ്പെട്ടോ എന്ന് നോക്കാനുള്ള ഭർത്താവിന്റെ നിർദ്ദേശവും ഈ അന്വേഷണത്തിന് പ്രേരകമായിരുന്നു. ഒളിപ്പിച്ചുവെച്ച ഒരു ലവ്ലെറ്ററോ, കാമുകിയുടെ പേരോ തിരഞ്ഞു അശ്വിനെ പിൻതുടർന്നുപോയ സുമിത്രക്ക് അത്തരം ഒരു തെളിവും കിട്ടിയില്ല. അവൻ സ്റ്റീഫൻ ഹോക്കിങ്സിനെക്കുറിച്ചും തമോഗർത്തങ്ങളെക്കുറിച്ചും ധാരാളം വായിക്കുന്നു എന്നറിഞ്ഞു സ്വയം അഭിമാനിക്കുകയും ചെയ്തിരുന്നു. അത്തരം എല്ലാ അഭിമാനങ്ങളെയും അടിച്ചുകൊഴിക്കുന്നവയായിരുന്നു സ്കൂളിന്റെ ഭരണാധികാരികളിൽ നിന്നും സുമിത്രക്ക് കിട്ടിയ പ്രതികരണങ്ങൾ.

സുമിത്ര അവരുടെ കണ്ണിൽ കുറ്റക്കാരിയാവുന്നത് മകന്റെ ജന്മദിനം ഓർക്കാതിരുന്ന ഒരമ്മയായി മാറുന്നതുകൊണ്ടാണ്. ആ മറവിയാണ് മകനെ ആരെയോ കൊല്ലാനുള്ള തീരുമാനത്തിലേക്ക് എത്തിച്ചതെന്ന ധ്വനി വരെ എത്തുന്നുണ്ട് സ്കൂൾ അധികൃതരുടെ സംസാരം. തന്റെ മേൽ ആരോപിക്കപ്പെട്ട കുറ്റങ്ങൾ അതേപോലെ

ഏറ്റെടുത്തതിനാലാവാം സുമിത്ര മകനോട് ഒട്ടും പ്രകോപിതയാവുന്നില്ല. അവനിഷ്ടപ്പെട്ട റസ്റ്ററന്റിൽ നിന്ന് ഭക്ഷണം വാങ്ങിക്കൊടുത്തും ജന്മദിന സമ്മാനമായി സ്റ്റീഫൻ ഹോക്കിങ്സിന്റെ പുസ്തകം സമ്മാനിച്ചും വീട്ടിലെത്തിയശേഷമാണ് ആ കത്തി പ്രശ്നത്തിലേക്ക് സുമിത്ര കടക്കുന്നത്. താൻ അവന്റെ ജന്മദിനം മറന്നുപോയതല്ല, വൈകുന്നേരം ഇങ്ങനെയൊക്കെ ചെയ്യുമായിരുന്നു എന്ന തോന്നൽ - ഒരു വിശ്വാസം - അവനിൽ ഉണ്ടാക്കിയെടുക്കാൻ സുമിത്ര ബോധപൂർവ്വം ശ്രമിക്കുന്നുണ്ട്. അവൾ കുറ്റാരോപിതയാണല്ലോ! ഭർത്താവ് വളരെ സൗമ്യമായി നൽകുന്ന നിർദ്ദേശങ്ങളിലും ഉപദേശങ്ങളിലും പതിയിരിക്കുന്ന ആണധികാരത്തിന്റെ സ്വരവും സുമിത്ര തിരിച്ചറിയുന്നുണ്ട്. അവസാനം അപകടകരമായ ആ ആയുധം എവിടെനിന്ന് കിട്ടി എന്ന ചോദ്യത്തിന് സ്വന്തം അടുക്കളയിലെ ഒരു കറിക്കത്തി മാത്രമായിരുന്നു അതെന്നും അന്ന് ദൃശ്യമാകുന്ന ഒരു ധൂമകേതുവിന്റെ വാലിന്റെ നീളം അളന്നെടുക്കുവാൻ ഒരു കത്തി കുത്തി നിർത്തിയാൽ മതിയാവും എന്ന പരീക്ഷണത്തിനാണ് ഞാൻ ആ കത്തി കൊണ്ടുപോയത് എന്ന അവന്റെ ഭാഗം വ്യക്തമാണ്. പക്ഷേ, അത് വേണ്ടവിധം സ്കൂളിൽ അവതരിപ്പിക്കാനാവാത്തതാണോ, അങ്ങനെയൊന്നും പറഞ്ഞാൽ അവിടെ കാര്യമൊന്നുമില്ല എന്ന മുൻ അനുഭവങ്ങളാൽ മൗനം പാലിച്ചതാണോ എന്നും അറിയില്ല. അശ്വിൻ പോൾ എന്ന വിദ്യാർത്ഥി പഠനത്തിൽ നിന്നും ശ്രദ്ധ തിരിച്ച് ആകാശം നിരീക്ഷിക്കുന്നു എന്നത് ഒരിക്കലും സ്നേഹത്തോടെ സ്കൂളിൽ സ്വീകരിക്കപ്പെടുകയുമില്ല. അവന്റെ അമ്മക്കത് മനസ്സിലാവുമായിരിക്കും പക്ഷേ, അവൾ നിസ്സഹായയയാണ്. തന്റെ തിരക്കുകൾക്കിടയിൽ മകനെ ശരിയായ വിധത്തിൽ ശ്രദ്ധിക്കുന്നില്ല എന്ന തോന്നൽ അവളെ വേട്ടയാടുന്നുമുണ്ട്. അവന്റെ വിയർപ്പുനാറ്റം, വളർന്ന നഖങ്ങൾ, അവയിലെ ചെളി, അവന്റെ ടൈയുടെ ചുളിവ് ഇങ്ങനെ അനേകം കാര്യങ്ങൾ തന്റെ ശ്രദ്ധക്കുറവിന്റെ കാരണങ്ങളായി അവൾ സ്വയം കണ്ടെത്തുന്നത് പിതൃ ആധിപത്യനീതികൾ അവളിൽ ഏൽപ്പിച്ച ബോദ്ധ്യങ്ങളിൽ നിന്നാണ്, ഇവയൊക്കെ അമ്മയുടെ ചുമതലകളാണ് എന്ന ബോദ്ധ്യങ്ങൾ!

കുടുംബത്തിനുള്ളിലും സമൂഹത്തിലും വ്യക്തമായി മനസ്സിലാക്കപ്പെടാതെ പോവുന്നതാണ് ഇന്നത്തെ കാലത്തിന്റെ ഏറ്റവും വലിയ ദുരന്തം. അശ്വിന്റെയും ഒപ്പം സുമിത്രയുടെയും അനുഭവങ്ങളിലൂടെ അത് വ്യക്തമാവുന്നുമുണ്ട്. ഇത് നമ്മുടെ കാലത്തിന്റെ

യും ദുരന്തമാണ്. മനുഷ്യർക്ക് അന്യരെ എന്നുവേണ്ട ഏറ്റവും പ്രിയപ്പെട്ടവരെപ്പോലും മനസ്സിലാക്കാനാവാതെ പോവുന്ന മനുഷ്യരുടെ കാലമാണിത്. സ്വാർത്ഥത പെരുകി വന്ന് തന്നിലേക്ക് തന്നെ ചുരുങ്ങുമ്പോൾ എന്തും ചെയ്യാൻ മടിക്കാത്തവരുടെ ഒരു ലോകം. ഇതേ കരുണയറ്റ ലോകത്ത് നന്മ ചെയ്താലോ, സഹായിക്കണം എന്നാഗ്രഹിച്ചാലോ അവർക്ക് കിട്ടുന്ന അടികൾ അതിഭീകരമായിരിക്കുകയും ചെയ്യും. കാരണം ഉള്ളിൽ പ്രായഭേദമന്യേ മനുഷ്യർ സ്വാർത്ഥരും കരുണയറ്റവരുമാണ്. ഒരാളുടെ യാഥാർത്ഥ പ്രശ്നം എന്തെന്ന് മനസ്സിലാക്കാനോ അതിന് പരിഹാരം നിർദ്ദേശിക്കാനോ ശ്രമിക്കുന്നതിനുപകരം ആ ബലഹീനാവസ്ഥയെ ചൂഷണം ചെയ്യാൻ പോലും ശ്രമിക്കുന്ന ഒരു അവസ്ഥ പോലും നിലനിൽക്കുന്നു എന്നുതന്നെ ഈ കഥകൾ നമ്മോട് പറയുന്നു. ഒരു മനഃശാസ്ത്രജ്ഞനെ ഒരാൾ സമീപിക്കുന്നത് തന്നെ മഥിക്കുന്ന വിഷമങ്ങളിൽ നിന്ന് ഒരു മോചനത്തിനോ പരിഹാരനിർദ്ദേശങ്ങൾക്കോ വേണ്ടിയാവാം. അതൊരു സ്ത്രീയാവുമ്പോൾ പൊതുസമൂഹം ഈ പ്രതിസന്ധികൾ അറിഞ്ഞാലുള്ള സ്ഥിതി എന്താവും എന്ന സംഘർഷമാവും മുഖ്യം. തന്റെ ഹൃദയഭാരങ്ങൾ ഇറക്കിവെയ്ക്കാൻ ചെന്ന തെരേസയോട് നിങ്ങൾ എന്തുകൊണ്ട് ഫേഷ്യൽ ചെയ്യുന്നില്ല എന്നും, നിങ്ങൾ ഈ സാരിയിൽ അതിമനോഹരിയായിരിക്കുന്നു എന്നും പറഞ്ഞുകൊണ്ടിരിക്കുമ്പോൾ അത് ചികിത്സയുടെ ഭാഗമൊന്നുമല്ല, താനൊരു നടുക്കടലിലാണ് എന്ന് എന്തുകൊണ്ടാണ് ഈ ഡോക്ടർ മനസ്സിലാക്കാത്തത് എന്ന് അവർ തന്നോടു തന്നെ ചോദിച്ചുപോകുന്നു. പിന്നീട് ഒരു ഹിപ്നോട്ടൈസ് ചികിത്സാരീതി അയാൾ സ്വീകരിച്ചു എന്ന് ആദ്യവായനയിൽ തോന്നാമെങ്കിലും അതൊരു ശാരീരികവേഴ്ചയായിരുന്നു എന്ന് വ്യക്തമാക്കുന്ന അനേകം സൂചനകൾ ആ ഡോക്ടറുടെ വാക്കുകളിലുണ്ട്. അവളുടെ ഭൂതകാല ജീവിതവുമായി അത്രയേറെ ബന്ധപ്പെട്ട ഒരു വാക്കായിരുന്നു അത് എന്ന തിരിച്ചറിവിൽ നിന്നും അയാൾ നടത്തുന്ന വ്യക്തമായൊരു ശാരീരിക ചൂഷണമായി അത് മാറുകയാണ്. അവൾ ഭയക്കുന്ന ഒരു വാക്കിനെ ആവർത്തിക്കുന്നതിലൂടെ വീണ്ടും അവളുടെ ആത്മവീര്യം തകർക്കുകയാണ് ആ മനഃശാസ്ത്രജ്ഞൻ സൊഡാക്സ് എന്ന കഥയിൽ.

പ്രളയകാലം മനുഷ്യരെ ഒരുപാട് മാറ്റിമറിച്ചു എന്നായിരുന്നു പൊതുവായി കേട്ടത്. ബന്ധങ്ങൾ കൂടുതൽ ദൃഢമായി എന്നും മനുഷ്യർ കൂടുതൽ സ്നേഹിച്ചുതുടങ്ങി എന്നുമൊക്കെയുള്ള പൊ

തുപറച്ചിലുകൾ ധാരാളമായി നടന്നു. എന്തിനേറെ മതിലുകൾ പൊളിച്ചുകളഞ്ഞു മനുഷ്യർ ഒന്നായി ജീവിക്കാൻ പോവുന്നു എന്നുവരെ കേട്ടു. പക്ഷേ, അത്തരം ഭീതിജനകമായ ഒരു അന്തരീക്ഷത്തിൽപ്പോലും ഒരു ശാരീരിക ചൂഷണത്തിന് മുതിരുന്നവൻ, അവനൊരു ചെറുപ്പക്കാരനുമാണ്. വിനോദിനിയുടെ അയൽക്കാരനും അവളെ ചേച്ചി എന്ന് വിളിക്കുന്നവനുമാണ്, എന്നിട്ടും ഒറ്റപ്പെട്ടുപോയ അവനെ രക്ഷിക്കാനെത്തിയവളാണ് എന്ന പരിഗണന പോലും കൊടുക്കാതെ അവനവളെ കടന്നാക്രമിക്കുന്നു. വെള്ളം ഉയർന്നുവരുന്നതോ മഴ കോരിച്ചൊരിയുന്നതോ ഒന്നും ഒന്നും അവനൊരു പ്രശ്നമല്ലായിരുന്നു എന്നുകൂടി മനസ്സിലാക്കുമ്പോഴാണ് ആ ചെറുപ്പക്കാരൻ എത്ര ക്രൂരനായിരുന്നു എന്ന് നാം ചിന്തിച്ചു പോവുന്നത്. പ്രളയപങ്കിലം എന്ന് ആ കഥക്ക് അനിൽകുമാർ നൽകിയ ശീർഷകം ഉചിതമായി.

ജനിച്ചുപോയതുകൊണ്ട് ജീവിക്കുകയാണ് എന്ന് പറയുന്ന പുഷ്പജാലകത്തിലെ അശ്വിനിക്ക് ജീവിതം മുന്നോട്ട് കൊണ്ടുപോകാൻ സ്വന്തം ശരീരം വിൽക്കേണ്ടിവരുന്നു. അവൾക്ക് തെരുവ് സമ്മാനിച്ച അനുജനെ വിദേശത്ത് അയച്ചു പഠിപ്പിക്കേണ്ടതുണ്ട്. അവൻ പോയാൽ തിരികെ വരും എന്നതിന് അവൾക്ക് യാതൊരു ഉറപ്പും ഇല്ല. എന്നാലും അവൻ പോയി രക്ഷപ്പെടട്ടെ എന്ന് കരുതിയാണ് സ്വന്തം കരളു വിറ്റ് അവനെ വിദേശത്ത് അയക്കാനവൾ തീരുമാനിക്കുന്നത്. കരളാവശ്യമായിരുന്ന വ്യക്തി കരൾ മാറ്റിവെക്കുന്നതിനു മുമ്പേ മരണമടഞ്ഞതിനാൽ ആ കണക്കുകൂട്ടലും തെറ്റുന്നു. ഭാര്യയുടെ മരണശേഷം താൻ അനുഭവിക്കുന്ന ഏകാന്തതയിൽ നിന്നൊരു മോചനം എന്ന നിലയിലാണ് ആ സമ്പന്നനായ വ്യക്തി അവളെ അയാളുടെ ജീവിതത്തിലേക്ക് ക്ഷണിക്കുന്നത്. അയാൾ വളരെ നല്ല ഉദ്ദേശത്തോടെയാണ് അത് ചെയ്യുന്നതും. എന്നാൽ താൻ ഒരു ട്രാൻസ്ജൻഡറാണ് എന്ന അവളുടെ വെളിപ്പെടുത്തലോടെ അയാൾ ഞെട്ടിപ്പോവുന്നു. ആ വാർത്ത കേൾക്കുമ്പോഴുണ്ടാവുന്ന ഭാവമാറ്റം ട്രാൻസ്ജെൻഡർ സമൂഹത്തോട് ഇന്നും പൊതുസമൂഹം വെച്ചുപുലർത്തുന്ന മനോഭാവവും വെളിപ്പെടുത്തുന്നു. തെരുവിൽ നിന്നും എടുത്തുകൊണ്ടുവന്ന് വളർത്തിയ ഒരു കുട്ടിക്കായി കരള് വിൽക്കാൻ തയ്യാറായ ഒരുവളെ അവതരിപ്പിച്ചതിലൂടെ നന്മകൾ ഇനിയും എവിടെയൊക്കെയോ ബാക്കിയുണ്ട് എന്ന് കഥാകൃത്ത് ഓർമ്മപ്പെടുത്തുന്നു.

ജീവിതത്തെ നേരിടാൻ സ്ത്രീകൾ കൂടുതൽ പ്രയോഗികമതിക

ളാവും എന്ന പൊതുപറച്ചിലിനെ സാധൂകരിക്കുന്നൊരു കഥയാണ് പാർവ്വതീചരിതം. സ്വന്തം മകളെ കൂട്ടിക്കൊടുത്ത പുതിയ ഭർത്താവിനെ വെട്ടരിവാൾ കൊണ്ട് വെട്ടിയ പാറുവമ്മയുടെ വികാരത്തെ ബഹുമാനത്തോടെ നോക്കുമ്പോഴും അതുനുശേഷം അവർ കമ്യൂണിസ്റ്റായി എന്ന് പറയുന്നതിലൊരു ദു:സൂചനയുണ്ട്. ഇത്തരം അക്രമങ്ങൾ  നടത്തുന്നവരുടെ രക്ഷാസങ്കേതമാണ് കമ്മ്യൂണിസ്റ്റ് പാർട്ടി എന്ന ദു;സൂചനയാണത്.

ഒരു പ്രവാസിക്ക് മാത്രം എഴുതാൻ കഴിയുന്ന മൂന്നു കഥകൾ കൂടി ഈ സമാഹാരത്തിന്റെ ഭാഗമാണ്. അതിൽ ഒന്ന് 'ദമാസ്കസ്' എന്ന കഥയാണ്. മരുഭൂമിയുടെ മണമടിച്ചുമടുത്തു എന്ന ഒറ്റ വാചകത്തിലൂടെ മൊയ്തീന്റെ വിചാരങ്ങളിലൂടെ, ആഗ്രഹങ്ങളിലൂടെ, ആ ആഗ്രഹങ്ങൾക്ക് ഏൽക്കുന്ന തിരിച്ചടികളിലൂടെ ഓരോ പ്രവാസിയുടെയും ജീവിതത്തിന്റെ കാഠിന്യത്തെ അനുഭവിപ്പിക്കുകയാണ് അനിൽകുമാർ ചെയ്തത്. മകളുടെ നിക്കാഹ് നടത്താൻ പോയ മനുഷ്യൻ തന്റെ മകളുടെ പ്രായമുള്ള ഒരു പെൺകുട്ടിയെ രക്ഷിക്കാൻ ശ്രമിക്കുമ്പോൾ അവിടെ രാജ്യം, അതിർത്തി, രാജ്യാന്തര നിയമങ്ങൾ ഒന്നും അയാൾക്ക് ബാധകമേയല്ല. തന്റെ മകളുടെ അതെ പ്രായമുള്ള ഒരു പെൺകുട്ടി എന്നത് മാത്രമാണ് അയാളെ നയിക്കുന്നത്. സ്റ്റോപ്പ്വാച്ച് എന്ന കഥയും ഇതു പോലെ പ്രവാസിയുടെ ദുരിതത്തിന്റെ നേർക്കാഴ്ചയാണ്.

ഈ സമാഹാരത്തിലെ കഥകളിൽ എന്നെ ഏറ്റവും നൊമ്പരപ്പെടുത്തിയ കഥ ആയിരത്തൊന്ന് രാവുകളാണ്. ബിസിനസ്സിന്റെ നേട്ടങ്ങൾക്കായി സുഹൃത്തിനെ അതിക്രൂരമായി കബളിപ്പിക്കുന്ന ഒരു അനുഭവം. കഥ ആരംഭിക്കുന്നതുതന്നെ ഞങ്ങൾ തമ്മിൽ അങ്ങനെയൊരു മൽസരവും ഇല്ലായിരുന്നു എന്ന വാചകത്തോടെയാണ്. അയാൾക്ക് മത്സരം ഉണ്ടായിരുന്നില്ലായിരിക്കാം, പക്ഷേ, ബാക്കി പലർക്കും അതുണ്ടായിരുന്നതിനാലാണ് ഗോൾഡൻ വിസ കാത്തിരുന്ന ഒരു ബിസിനസ്സ് മാഗ്നറ്റിനെ അനാഥനാക്കി ജയിലിൽ എത്തിക്കാനാവുന്നത്. മരിച്ചു എന്ന് രേഖയുണ്ടാക്കി ആ കുടുംബത്തെത്തന്നെ വരുതിയിലാക്കാനാവുന്നത്. താൻ ആരാണെന്ന് പറഞ്ഞു വിശ്വസിപ്പിക്കാൻ അയാൾ ബുദ്ധിമുട്ടുമ്പോൾ കഥ വായിക്കുന്നവർ പോലും വിങ്ങിപ്പോവുന്നു. പൂന്താനത്തിന്റെ ജ്ഞാനപ്പാനയിലെ വരികൾ പലതും ഈ കഥയിലൂടെ കടന്നുപോയപ്പോൾ  ഓർത്തുപോയി.

ഹൃദയദ്രവീകരണത്തിനുപകരിക്കുന്ന വിധത്തിൽ കഥകൾ പറ

യാൻ അനിൽകുമാറിന് അറിയാം. അതിനുള്ള പശ്ചാത്തലവും നന്നായി ഒരുക്കുന്നുണ്ട്, അശ്വിന്റെ കഥ പറയുമ്പോൾ ഡാൻ ബ്രൗണിന്റെ അബ്സല്യൂട്ട് മാജിക്കിന്റെ പരിഭാഷയുടെ സംഘർഷം ചേർത്തുവെച്ചതുപോലെ.

ഇനിയും ഇതേപോലെ ശക്തമായി എഴുതാനാവട്ടെ എന്നും അവയിലൂടെ മരുഭൂമിയുടെ മണം കൂടുതൽ അനുഭവിപ്പിക്കാനാവട്ടെ എന്നും ആശംസിക്കുന്നു.

കോഴിക്കോട്
ജനുവരി 1, 2023

OO

1.

# സൊഡാക്സ്

മിസിസ് തെരേസ ആൽവിൻ, നിങ്ങൾ വിഷമിക്കേണ്ട. ഇത് നമുക്ക് ശരിയാക്കാം. നിങ്ങളുടെ കുട്ടി എന്തു പറഞ്ഞാലും സൊഡാക്സ് എന്നു പറയുന്നത് വലിയൊരു പ്രശ്നമായി കാണരുത്. അതിനെ അതിന്റെ വഴിക്കു വിടുക. അങ്ങനെയൊരു വാക്ക് ഉച്ചരിക്കുന്നതു കൊണ്ട് കുട്ടിക്ക് എന്തെങ്കിലും നേടാൻ കഴിയുന്നില്ലെങ്കിൽ അവനത് സ്വാഭാവികമായി ഉപേക്ഷിക്കും, ഒട്ടും വൈകാതെ. നിങ്ങളെന്താണ് ഇപ്പോൾ നിങ്ങളുടെ മുഖത്തിന് ഏറ്റവും യോജിക്കുന്ന വട്ടപ്പൊട്ടും കൈകൾക്ക് അലങ്കാരവുമായേക്കുന്ന തളവളയും ഇടാത്തത്. ഫേഷ്യലിന്റെ കുറവ് മുഖത്ത് പ്രതിഫലിക്കുന്നുണ്ട് കേട്ടോ!

ഡോക്ടറുടെ ശൃംഗാരത്തേക്കാളും അയാൾ പറഞ്ഞ വരികളാണ് അവളുടെ കാതുകളിൽ ഹുങ്കാരമായി മുഴങ്ങിയത്. അതായത്, അതൊരു പ്രശ്നമായി കാണരുതെന്ന്. അതൊരു പ്രശ്നമായി മാറിക്കഴിഞ്ഞിരിക്കുന്നു പ്രിയ ഡോക്ടർ. അതു കൊണ്ടാണല്ലോ ഞാൻ അങ്ങയെ കാണാൻ വന്നത്. അതെന്റെ നെഞ്ച് പിളർത്തുന്നു. റൊമേനിയയിൽ നിന്നും ഇടയ്ക്കിടെ ഫ്രെഡറിക്ക് ആൽവിൻ എന്ന എന്റെ ഭർത്താവ് വിളിച്ച് ക്ഷേമാന്വേഷണം നടത്തുന്നതിനിടയ്ക്ക് ഞാൻ ഇതും പറഞ്ഞിരിക്കുന്നു. നമ്മുടെ കുട്ടി ഇപ്പോൾ എന്തു പറഞ്ഞാലും സൊഡാക്സ് എന്നു പറയുന്നു. ഉദാഹരണത്തിന്, അമ്മേ എനിക്ക് ഇന്നു ഹോംവർക്ക് ചെയ്യാൻ വയ്യ, സൊഡാക്സ്. അമ്മേ ടിവിയുടെ റിമോട്ട് എവിടെ പോയി, സൊഡാക്സ്. അമ്മേ, മീര ആന്റി വിളിക്കുന്നു, സൊഡാക്സ്. ആ വാക്കാണ് എന്നെ ഭയപ്പെടുത്തുന്നത് ഡോക്ടർ. അതെന്റെ കഴുത്തിനു കുത്തിപ്പിടിക്കുന്നു, എനിക്ക് ശബ്ദിക്കാനാവുന്നില്ല. എനിക്കൊന്നും കാണാനാവുന്നില്ല, എനിക്ക് ദാഹിക്കുന്നതു പോലെ തോന്നുന്നു. എനിക്ക് ശ്വാസംമുട്ടുന്നു.

അവളുടെ മുഖത്ത് വിയർപ്പ് പൊടിഞ്ഞു. ശബ്ദമുണ്ടാക്കി കറങ്ങുന്ന ഫാനിന് കാറ്റ് തീരെ പോരെന്ന് അവൾക്കു തോന്നി. ഉള്ളം കാലിലെമ്പാടും വിയർപ്പ് ഉതിർന്നു ചെരിപ്പും കാലും തമ്മിലുള്ള ബന്ധം അറ്റുപോകുന്നതു പോലെ.

'ഡോക്ടർ അങ്ങ് എന്തെങ്കിലും പറയു.'

മിസിസ് തെരേസ ആൽവിൻ, നിങ്ങൾ ആകുലപ്പെടേണ്ടതില്ല. ഞങ്ങളതിനെ എക്കോലാലിയ എന്നു വിളിക്കും. അത് ഓട്ടിസത്തിന്റെ സൂചനയാണോ എന്നു ചോദിച്ചാൽ പറയാൻ കഴിയില്ല. പക്ഷേ, നിങ്ങൾ വിചാരിക്കുന്നതു പോലൊരു വലിയൊരു പ്രതിഭാസമായി അതിനെ കാണരുത്. കുട്ടികൾ ചിലപ്പോൾ നേരമ്പോക്കിനാവും അത്തരമൊരു പേര് ഉപയോഗിക്കുന്നത്. നിങ്ങൾ ഈ സാരിയിൽ മനോഹരിയായിരിക്കുന്നു. എനിക്ക് ഈ പർപ്പിൾ സാരി എന്തിഷ്ടമായെന്നോ. നിങ്ങളുടെ ജന്മദിനം എന്നെ അറിയിച്ചാൽ ഇതിനേക്കാൾ മനോഹരമായ നല്ല ഹാൻഡ് ക്രാഫ്റ്റഡ് ഡിസൈൻ പർപ്പിൾ സാരി വാങ്ങിത്തരുന്നുണ്ട് ഞാൻ. ആട്ടെ നിങ്ങൾക്കിഷ്ടം ഷിഫോൺ ആണോ, അതോ സിൽക്കോ?

അവൾക്ക് ഇറങ്ങി ഓടണമെന്നു തോന്നി. താനൊരു നടുക്കടലിലാണ്. അത് എന്താണ് ഡോക്ടർ മനസ്സിലാക്കാത്തത്. അങ്ങനെയൊരു നെഞ്ചിടിപ്പില്ലായിരുന്നുവെങ്കിൽ ഇദ്ദേഹം പറഞ്ഞതിനെ താൻ വല്ലാതെ ആസ്വദിച്ചേനെ. അതിനു മറുപടിയായി മന്ദഹാസങ്ങൾ നൽകിയേനെ. അതിനെ പ്രോത്സാഹിപ്പിക്കാനായി ഊർന്നിറങ്ങുന്ന സാരി പലപ്പോഴായി മാറിടം മറയ്ക്കാനെന്ന വ്യാജേന വലിച്ചു കയറ്റിയേനെ. പക്ഷേ, ഇപ്പോൾ അതലല്ലോ സ്ഥിതി. എന്റെ കുട്ടി സ്ഥിരമായി സൊഡാക്സ് എന്ന വാക്ക് ഉപയോഗിക്കുന്നു. ആ വാക്കാണ് എന്നെ ഭയപ്പെടുത്തുന്നത്. അവൻ ഓരോ തവണയും ആ വാക്ക് ഉപയോഗിക്കുമ്പോൾ ഞാൻ തളരുന്നു. ഉദാഹരണ ത്തിന്, അമ്മേ, എനിക്കിന്ന് ന്യൂഡിൽസ് മതി, സൊഡാക്സ്. അമ്മേ, എനിക്ക് ഈ മാത്സ് പഠിച്ചു മടുത്തു, സൊഡാക്സ്. അമ്മേ, നിർമ്മല ടീച്ചർ പഠിപ്പിക്കുന്നത് മനസ്സിലാവുന്നില്ല, സൊഡാക്സ്. ഡോക്ടർ ഞാനൊരു വലിയ പ്രശ്നത്തിന്റെ നടുവിലാണ്. എന്നെ രക്ഷിക്കാൻ നിങ്ങൾക്ക് മാത്രമേ ഇപ്പോൾ കഴിയൂ. കാരണം, എന്റെ ഭർത്താവ് വൈകാതെ എത്തിച്ചേരും.

മിസിസ് തെരേസ ആൽവിൻ, നിങ്ങളിങ്ങനെ വിഷമിക്കാതെ. ഇത് ഓട്ടിസം സ്പെക്ട്രം ഡിസോർഡർ ആവാനാണ് സാധ്യത. കുട്ടികളിൽ സാധാരണ ഇത് കാണും, പക്ഷേ വൈകാതെ അത്

അപ്രത്യക്ഷമാകും. വിരയുടെ അസുഖം എന്നൊക്കെ നമ്മൾ പറയില്ലേ, അത്ര നിസാരമായി ഇതിനെ കണ്ടാൽ മതി. നിങ്ങൾ പറയുന്നു, അവൻ എല്ലായ്പ്പോഴും ആ വാക്ക് ഉച്ചരിക്കുന്നുവെന്ന്. അതിനെ നമുക്കു ശാസ്ത്രീയമായി ഒന്നു വിലയിരുത്തിയാലോ. അതായത്, അറ്റൻഷൻ ഡെഫിസിറ്റ് ഹൈപ്പർ ആക്ടിവിറ്റി ഡിസോർഡർ തലത്തിലേക്ക് അത് ഉയരുന്നുണ്ടോയെന്ന് നിങ്ങൾ സൂക്ഷ്മമായി വിലയിരുത്തണം. നിങ്ങളുടെ നെയിൽ പോളിഷ് ഇളകി തുടങ്ങിയിരിക്കുന്നു. നിങ്ങളുടെ മൃദുവായ കരങ്ങളിൽ കാലാവസ്ഥ വികൃതി കാട്ടിത്തുടങ്ങിയിരിക്കുന്നു. നിങ്ങളെന്താണ് ലാ ക്രീം ഉപയോഗിക്കാത്തത്? നിങ്ങൾ വളരെ ചെറുപ്പമാണ്, സൗന്ദര്യം സൂക്ഷിക്കേണ്ട സമയത്ത് അത് ചെയ്യുന്നില്ലെങ്കിൽ അത് പുരുഷോന്മത്തം കുറച്ചു കളയും.

അറ്റൻഷൻ ഡെഫിസിറ്റ് ഹൈപ്പർ ആക്ടിവിറ്റി ഡിസോർഡർ അഥവാ എഡിഎച്ച്ഡി-യെക്കുറിച്ച് ഗൂഗിളിൽ കണ്ടതാണ്. ഒരേ വാക്ക് പറയുകയും ആ വാക്കിനൊപ്പിച്ച് ചിലപ്പോൾ എന്തെങ്കിലും നശിപ്പിക്കുകയും മറ്റു ചിലപ്പോൾ അത് ജീവനു തന്നെ ഭീഷണിയാവുകയും ചെയ്യുന്ന രീതി. അത്.. അതിനെക്കുറിച്ച് ഡോക്ടർ പറയുന്നു. താൻ സൂക്ഷ്മമായി വിലയിരുത്താൻ പറയുന്നു. അവൻ എന്നെ കൊല്ലുമോ, അതോ അവൻ തനിയെ? ഡോക്ടർ ഞാനെന്ത് ചെയ്യണം, എന്റെ മകനൊരു രോഗിയാണോ?

കഴുത്തിൽ നിന്നും ഊർന്നിറങ്ങിയ സാരി വലിച്ചു കയറ്റിയിടാൻ മെനക്കെടാതെ അവൾ ഭയന്നുവിറച്ച് വിറങ്ങലിച്ച്, ചോദിച്ചു.

ഡോക്ടറുടെ നോട്ടം മുഖത്ത് നിന്ന് ഒലിച്ചിറങ്ങി കഴുത്തിലൂടെ ഒരു വിയർപ്പുചാലായി നോവുന്നത് അവൾ അറിഞ്ഞില്ല.

അയാളുടെ വിരലുകൾ തന്റെ വിരലുകളെ ആശ്വസിപ്പിക്കാനെന്ന വിധം തലോടുന്നത് അവളറിഞ്ഞില്ല. അയാളുടെ കാൽവിരലുകൾ അറിയാതെയെന്ന വിധം അവളുടെ കാലിനു മുകളിൽ സ്പർശിച്ചത് അവളറിഞ്ഞില്ല. അവൾ വിവശയായി, നെറ്റിയിൽ അലോസരപ്പെടുത്തി പുഷ്പിച്ചു നിന്ന സ്വേദകണങ്ങളെ വാനിറ്റി ബാഗിൽ വിശ്രമിച്ചിരുന്ന കൈലേസെടുത്ത് ഒപ്പാനൊന്നും മെനക്കെട്ടില്ല. അവൾ ഡോക്ടറുടെ കൈക്കുമ്പിളിലുണ്ടായിരുന്ന കൈ വലിച്ചെടുത്ത് നെറ്റി തുടച്ചു. ഇത്തവണ, അവൾ അപേക്ഷിക്കാനെന്ന വിധം അയാളുടെ കൈകളെ ചൂഴ്ന്നു പിടിച്ചു.

ഡോക്ടർ 'സൊഡാക്സ്' ഒരു വെറും വാക്കല്ല.

അവളുടെ കണ്ണുകൾ, ധ്രുവദീപ്തി ആദ്യമായി കണ്ടയൊരു

കൗമാരക്കാരിയെ പോലെ വിടർന്നു വന്നു. കളർപെൻസിൽ കാണാതെ പോയപ്പോൾ ഏങ്ങിയേങ്ങി കരയുന്ന മകന്റെ ശബ്ദം പോലെ ഫാൻ ഒരു പ്രത്യേകരീതിയിൽ ശബ്ദമുണ്ടാക്കി കരയുകയായിരുന്നു. ഇരുവരുടെയും ഫോൺ സൈലന്റ് മോഡിലായിരുന്നു. അതിൽനിന്നും സ്പോട്ട് ലൈറ്റുകൾ കണക്കേ ഇടയ്ക്കിടെ വെളിച്ചം പതഞ്ഞു പൊന്തിക്കൊണ്ടിരുന്നു. അവൾ മുരടനക്കി, ശബ്ദിക്കാൻ പ്രയാസപ്പെട്ട് വല്ലവിധേനയും പറഞ്ഞൊപ്പിച്ചു.

ആ വാക്കിനു പിന്നിലൊരു ജീവിതമുണ്ട്. അന്ന് എന്റെ മകൻ പിറന്നിട്ടില്ല. ഞാനന്ന് വിവാഹിതയുമല്ല. സ്വീഡനിൽ ജോലിയുണ്ടായിരുന്ന കാലം. ആൽഫ്രഡ് എന്റെ കാമുകനായിരുന്നു. ഞങ്ങൾ വളരെ ഗൗരവക്കാരായ കാമുകി കാമുകന്മാരായിരുന്നു. സല്ലാപങ്ങളോ, സാന്ത്വനങ്ങളോ എന്തിന് ഒരു ചുംബനത്തിനു പോലുമോ സമയം നഷ്ടപ്പെടുത്താത്ത, സമയത്തിന് വലിയ വിലയുണ്ടെന്നു കരുതിയിരുന്നവർ. ആൽഫ്രഡിനൊപ്പം അയാളുടെ സ്വകാര്യസ്ഥലങ്ങളിൽ വച്ച് ഞങ്ങൾ വാരാന്ത്യങ്ങളിൽ ശരീരം പങ്കിട്ടിരുന്നു. രതിമൂർച്ഛയിൽ ഞാൻ അലറിവിളിക്കുമ്പോൾ അയാളെന്റെ വായും മൂക്കും പൊത്തിപിടിച്ച് പറഞ്ഞിരുന്ന ഒരു വാക്കുണ്ടായിരുന്നു-സൊഡാക്സ്! അന്നു ഞാൻ ശ്വാസത്തിനു വേണ്ടി പിടയുമ്പോൾ അയാളെന്റെ അടിവയറ്റിലേക്ക് ഒരു പ്രത്യേകരീതിയിൽ കയറിവരുമായിരുന്നു. അയാളുടെ വെളുത്ത കരതലം എന്റെ തൊണ്ടക്കുഴിയിൽ കുത്തിപിടിക്കുമ്പോൾ ഞാൻ ജീവന്റെയൊരിറ്റ് ശ്വാസത്തിനു വേണ്ടി തുടയടക്കം കട്ടിലിൽ അടിച്ചിട്ടുണ്ട്. പലപ്പോഴും, അല്ല മിക്കപ്പോഴും- അതായിരിക്കാം ശരി, ഞാൻ കണ്ടിട്ടുണ്ട്, അയാളുടെ കരതലത്തിലെ നീലിച്ച ഞരമ്പുകൾക്കിടയിൽ ആ വാക്കു തെളിഞ്ഞു വരുന്നത്. സൊഡാക്സ്!

അവൾ വല്ലാതെ കിതച്ചു. വിയർത്തുകുളിച്ചു നഗ്നയായി വെളുത്ത വിരിപ്പിട്ട മെത്തയിൽ കിടക്കുമ്പോൾ അവൾ ശ്വാസത്തിന്റെ വില അറിയുകയാണ്. പുറത്തെ മഞ്ഞ് തണുപ്പിനെ വകഞ്ഞുമാറ്റി മറ്റൊരു തലത്തിലേക്ക് മാറുന്നു. ആൽഫ്രഡ് തിരിഞ്ഞു കിടക്കുന്നു. അവൾ അറിയാതെ ഉച്ചരിക്കുകയാണ്, സൊഡാക്സ്. പുറത്ത് ജനാലയിലേക്ക് ചെറുകാറ്റ് വീശുന്നുണ്ട്. ജാലകവിജാഗിരി ശബ്ദമുണ്ടാക്കി പറയുന്നു, സൊഡാക്സ്. വിരിപ്പിലെ നനവിൽ പതിവായി കാണുന്ന ചോരപ്പാടുകളിൽ കൈവിരലുകൾ മുക്കി അവൾ അറിയാവുന്ന വിധത്തിൽ സൊഡൊക്സ് എന്നെഴുതി. അതിന്റെ ഭംഗി കണ്ട്, ആശ്വാസം തീർത്ത് അവൾ മയങ്ങി. ഉറക്കത്തിൽ

അവളൊരു സ്വപ്നം കണ്ടു. അവൾ മാതൃരാജ്യത്തേക്ക് തിരിച്ചുവന്നിരിക്കുന്നു. തൃശൂർ പുതുക്കാടുകാരൻ ഫ്രെഡറിക്ക് ആൽവിനെ അവൾ വിവാഹം കഴിച്ചിരിക്കുന്നു. അയാൾ റൊമേനിയയിൽ ഹോട്ടൽ വാടകയ്ക്കെടുത്തു നടത്തുന്നു. അവളിവിടെ അലങ്കാരമത്സ്യങ്ങൾ വളർത്തുന്നതിന് ചെറുക്ലാസുകൾ നയിക്കുന്നു. ഒപ്പം, താനൊരു അഞ്ചു വയസ്സുകാരന്റെ അമ്മയായിരിക്കുന്നു. അവൾ മകനെ ചേർത്തിരുത്തി വാത്സല്യപൂർവ്വം താലോലിക്കുന്നു, അവന്റെ മുഖത്തേക്ക് നോക്കുന്നു. സ്വീഡനിലെ മൽമോയിലെ മഞ്ഞപ്പൂക്കൾക്കിടയിൽ ഒറ്റപ്പെട്ടു നിൽക്കുന്ന ഒരു പുഷ്പം പോലെ അവന്റെ മുഖം വിടർന്നു പരിലസിക്കുന്നു. അവൾ മന്ദഹസിക്കുന്നു, അപ്പോൾ അവളെ കൂടുതൽ രസിപ്പിക്കാനെന്ന വിധം അവൻ അത്രമേൽ മൃദുവായി മൊഴിയുന്നു, സൊഡാക്സ്!

മിസിസ് തെരേസ ആൽവിൻ, ഉണരൂ. നിങ്ങൾ വീട്ടിൽ അല്ല. ഇതെന്റെ ക്ലിനിക്കാണ്. നിങ്ങൾ വസ്ത്രം നേരെയാക്കൂ, ഞാൻ നിങ്ങൾക്കെന്തെങ്കിലും ഡ്രിങ്ക് കുടിക്കാൻ പറയട്ടെ. നോക്കൂ, സൊഡാക്സ് ഇനിയൊരു വലിയ പ്രശ്നമല്ല. അതു നമുക്ക് ശരിയാക്കാം. ഉണരൂ... പഴയതു പോലെ സംസാരിക്കൂ. എനിക്കൊരു പരാതിയുണ്ട്, നിങ്ങളുടെ മാറിടത്തെ ആ മറുക് നിങ്ങൾ മായ്ക്കേണ്ടിയിരുന്നില്ല. അതു നിങ്ങൾക്ക് നൽകിയിരുന്ന അഭൗമികമായൊരു സൗന്ദര്യമുണ്ട്. സൊഡാക്സ് എന്നു പറയുന്നതു പോലെ, മൽമോയിൽ മഞ്ഞപ്പൂവ് വിരിയും മുന്നേ സൂര്യനോട് ചോദിക്കില്ലേ, ഞാനിന്ന് പൂവിട്ടോട്ടെ എന്ന്. അതു പോലൊരു സൗന്ദര്യം, സൊഡാക്സ്. ചേതോഹരമായ ആ സൗന്ദര്യത്തിനു മുന്നിൽ കണ്ണുകൾ മറ്റൊന്നും കാണുന്നില്ല, സൊഡാക്സ്. നിങ്ങളുടെ മാറിടത്തിന്റെ തുടിപ്പുകൾ പോലും ആ മറുകിന്റെ സൗന്ദര്യത്തെ ധ്വനിപ്പിക്കാനായിരുന്നു, സൊഡാക്സ്. ആ കറുത്ത പൊട്ടിന് നിങ്ങളുടെ ചുണ്ടുകളേക്കാൾ, ഒരു പക്ഷേ, അല്ലെങ്കിൽ അതിലധികവും ആകർഷണീയത ഉണ്ടായിരുന്നു, സൊഡാക്സ്!

അവൾ വാനിറ്റി ബാഗ് തുറന്നു. മിറാക്യുൽ ടാബ്ലറ്റിന്റെ വലിയൊരു സ്ട്രിപ്പിനിടയിൽ കുടുങ്ങിക്കിടന്ന കൈലേസ് എടുത്തു അവൾ ആശ്ചര്യത്തോടെ നോക്കി. അതിലൊരു ചോരപ്പാടോ, സൊഡാക്സ് എന്ന എഴുത്തോ ഉണ്ടോയെന്ന് അവൾ വെപ്രാളത്തോടെ പരതി. ഫാൻ ഏങ്ങിയേങ്ങി കരച്ചിൽ തുടർന്നു കൊണ്ടേയിരുന്നു.

○○

## 2
# ദമാസ്ക്കസ്

**മൊ**യ്തീൻ നാട്ടിലേക്ക് പോവുകയാണ്, നാലു വർഷം കൂടി. അതോ അഞ്ചോ, അതിൽ കൃത്യതയുണ്ടാക്കാൻ അയാൾ മെനക്കെട്ടില്ല. സനാ എന്ന് ഓമനപ്പേരിൽ വിളിക്കുന്ന കുട്ടിക്ക് എട്ടാം വയസിൽ വയസ്സറിയിച്ചപ്പോഴാണ് അയാൾ ജോർദാനിലെത്തുന്നത്. അവിടെ സിറിയയോട് അതിർത്തി പങ്കിടുന്ന ജാബർ ബോർഡർ ക്രോസിങ്ങിനോടു ചേർന്ന സൂപ്പർ മാർക്കറ്റിൽ പണിയെടുക്കുന്നു. അമാനിൽ നിന്നും ഒരു വെള്ളിയാഴ്ച പുലർച്ചെ അയാളെ അവിടേക്ക് കൊണ്ടുവിടുകയായിരുന്നു, അങ്ങനെ പറഞ്ഞാൽ ശരിയാവില്ല. ഒരു പിക്ക് അപ്പ് വാനിൽ തണുത്തുവിറച്ചു മരവിച്ച് വിശന്നവശനായി കൊണ്ടു തള്ളുകയായിരുന്നു.

അന്നു തുടങ്ങിയതാണ്, രാവെന്നോ പകലെന്നോ ഇല്ല. വെള്ളിയാഴ്ചകളെന്നോ തിങ്കളാഴ്ചകളെന്നോ ഇല്ല. കിട്ടിയ കാശത്രയും അയാൾ കൂട്ടി വച്ചു. ഒരിക്കൽ അയാൾ നാട്ടിലേക്ക് മടങ്ങാനായി അമാനിലേക്ക് പോയതാണ്. പക്ഷേ, അവിടെ സ്പോൺസറുടെ കൈയിൽ കൊടുത്തിരുന്ന പാസ്പോർട്ട് വാങ്ങാൻ യോഗമുണ്ടായില്ല. അയാൾ ദമാസ്ക്കസിലേക്ക് പോയിരിക്കുകയാണത്രേ. ചിലപ്പോൾ ആഴ്ചകൾ കഴിഞ്ഞേ വരൂ, ചിലപ്പോൾ മാസങ്ങളായേക്കാം. അന്നവിടെ നിന്നു കുറച്ച് പൊന്നു വാങ്ങി തിരിച്ചു ജാബറിലേക്കു പോന്നു. അതങ്ങനെ സൂക്ഷിച്ച് പെട്ടിക്കുള്ളിൽ ഒളിപ്പിച്ചു വച്ചിട്ടുണ്ട്. കൂടെയുള്ള ബീഹാറുകാരൻ അബ്ദുവിനു പോലും പൊന്ന് കൈയിലുണ്ടെന്ന് അറിയില്ല. ബാക്കി കഥകളൊക്കെയും അബ്ദുവിനറിയാം. അയാൾ അത് എപ്പോഴും പറയും. പണിയെടുക്കുമ്പോൾ, നിസ്ക്കരിച്ച് കഴിഞ്ഞ്, പിന്നെ ചപ്പാത്തി കുഴയ്ക്കുന്ന വേളയിൽ, തിന്നിട്ട് സ്വപ്നം കാണുന്ന തിരക്കിനിടയിലൊക്കെയും. ഇപ്പോൾ അബ്ദുവിനെല്ലാം അറിയാം. കോഴിക്കോടും കൊണ്ടോട്ടിയും സനയും മൊയ്തീന്റെ ഉമ്മായെയുമൊക്കെ അവനറിയാം.

നാട്ടിലെത്തിയാലുടൻ സനയുടെ നിക്കാഹ്. അവൾടെ മൊഞ്ചുള്ള മുഖത്ത് ഒരു മൂക്കുത്തി വേണം, കഴുത്ത് നിറഞ്ഞ് വലിയൊരു നെക്ലേസ് വേണം. അത് മൊയ്തീന്റെ ആഗ്രഹമാണ്. അവൾടെ ഉമ്മ വളരെ ചെറുപ്പത്തിലേ മരിച്ചു പോയി. രണ്ടാം കെട്ടിയതും മൂന്നാം കെട്ടിയതും മൊഴി ചൊല്ലിയതോടെ മൊയ്തീൻ ഒന്നു തീരുമാനിച്ചു. ഇനി ഈ ജീവിതത്തിൽ ഒരു നിക്കാഹ് ഇല്ല. അത് പടച്ചോൻ തീരുമാനിച്ചതായിരിക്കണം. അത്തരമൊരു ചിന്ത അയാളിൽ ഒരിക്കൽ പോലും പിന്നീടുണ്ടായില്ല. മോനെ, നീ പോയ് പൊന്ന് ഉണ്ടാക്കീട്ട് വരീൻ, അന്റെ മോളെ ഞാൻ പൊന്നു പോലെ നോക്കിക്കോളും എന്ന് മൊയ്തീന്റെ ഉമ്മ പറഞ്ഞതോടെ അയാൾ വിമാനം കയറി. പറമ്പ് പണയം വച്ച് കിട്ടിയ വിസയാണ്. പണയപ്പെടുത്തിയ പറമ്പ് തിരിച്ചു പിടിക്കണം, നല്ല രീതിയിൽ ജീവിക്കണം, സനയെ കെട്ടിച്ചയയ്ക്കണം. പിന്നെ പൊന്നാനിയിൽ ചെന്ന് ഹജ്ജിനു പോണം. അത്രമാത്രമാണ് ഇതുവരെ അയാൾ ചിന്തിച്ചു വച്ചിരിക്കുന്നത്.

അതിലൊന്നും വലിയകാര്യമില്ല. എന്ത് ചിന്തിച്ചാലും എന്ത് നടക്കണമെന്നു പടച്ച തമ്പുരാൻ തീരുമാനിക്കും. അല്ലെങ്കിൽ പിന്നെ രണ്ടു വർഷം കഷ്ടപ്പെട്ടുണ്ടാക്കിയ പണം കൊടുത്ത് ദമാസ്ക്കസിലേക്ക് പോകാൻ തയ്യാറെടുത്തത് അങ്ങനെയങ്ങ് ഇല്ലാതാകുമോ?

മൊയ്തീൻ ഇടയ്ക്കിടയ്ക്ക് സിറിയയിലേക്ക് പോകും. അയാൾ പണിയെടുക്കുന്ന സൂപ്പർമാർക്കറ്റിന്റെ ഉടമയ്ക്ക് അതിർത്തിയോട് ചേർന്നു കിടക്കുന്ന തയ്ബ നഗരത്തിൽ ഡ്രൈഫ്രൂട്സിന്റെ ബിസിനസ്സുണ്ട്. മൊയ്തീനൊപ്പം അബ്ദുവും മറ്റു മൂന്നു പേരുമുണ്ട്. മൊയ്തീനോട് അതിർത്തി കടക്കുമ്പോഴൊന്നും ആരുമൊന്നും ചോദിക്കാറില്ല. പണിക്കാർക്കൊപ്പം അയാളും പിക്കപ്പ് വാനിൽ മാനം നോക്കി കിടക്കും. തിരികെ വരുമ്പോഴും അങ്ങനെ തന്നെ. തയ്ബയിൽ നിസ്ക്കാരപള്ളിയുണ്ട്. അവിടെ നിസ്ക്കരിക്കാൻ പറ്റുമെന്നതാണ് വലിയ കാര്യം. തീവ്രവാദികൾ തോക്കും ചൂണ്ടിയൊക്കെ നിൽക്കും. പക്ഷേ, മൊയ്തീന്റെ മുതലാളിക്ക് വലിയ പിടിയാണ്. അവിടെവച്ച് പരിചയപ്പെട്ടയാളാണ് പറഞ്ഞത്, മൊയ്തീനേ നീ ദമാസ്ക്കസിലേക്ക് പോകു. അവിടെ നാലിരട്ടി ശമ്പളം കിട്ടുമെന്ന്. നാലു ദിവസമേ പണിയുണ്ടാവു, സുൽത്താനെ പോലെ ജീവിക്കാമെന്ന്. അന്നു തൊട്ടു തുടങ്ങിയ മോഹമാണ്. അങ്ങനെ നിസ്ക്കരിച്ചിറങ്ങിയ ദിവസം അയാൾ ചോദിച്ച പണം മൊയ്തീൻ കൊടു

ത്തു. പിറ്റേ ആഴ്ചയിൽ പോകാൻ തയ്യാറായി വരാൻ പറഞ്ഞു.

പക്ഷേ, ആ ആഴ്ച മൊയ്തീനെയും അബ്ദുവിനെയും പടച്ചോൻ മുതലാളിക്കൊപ്പം കൂടെക്കൂട്ടിയില്ല. അതിർത്തി കടന്ന മുതലാളിയും മറ്റു മൂന്നു പേരും പിന്നെ തിരിച്ചുവന്നുമില്ല. മയ്യത്ത് നമസ്ക്കാരത്തിനു പോലും ശരീരം കിട്ടിയില്ലെന്നാണ് അറിഞ്ഞത്. ബോംബു വച്ചു തകർത്തു കളഞ്ഞത്രേ. ഉണ്ടാക്കിയ സമ്പാദ്യം മുഴുവൻ പോയി, മുതലാളിയുടെ നാലാമത്തെ മകനാണ് പിന്നെ സൂപ്പർ മാർക്കറ്റ് നോക്കാൻ വന്നത്. ആദ്യം കണ്ടപ്പോൾ തന്നെ മൊയ്തീന്റെ അടിവയറ്റിലേക്ക് അയാൾ കാലുമടക്കി ഒരു തൊഴിയായിരുന്നു. ആ തൊഴിയുടെ ഊക്കിൽ മൂന്നു ദിവസത്തേക്ക് മൊയ്തീനു മൂത്രം പോയില്ല. ആ മകൻ ചരക്കെടുക്കാൻ ജാബർ ബോർഡർ കടന്നതാണ്. പിന്നെ തിരിച്ചു വന്നില്ല. അതു മൊയ്തീന്റെ പ്രാക്ക് പടച്ചതമ്പുരാൻ കേട്ടിട്ടാണെന്ന് അബ്ദു പറയും. എന്തായാലും, അതിൽ പിന്നെയാരും ജാബർ കടന്ന് നസീബിലേക്കോ തയ്ബയിലേക്കോ പോയിട്ടില്ല. അതോടെ, മൊയ്തീന്റെ പള്ളിനമസ്ക്കാരം മുടങ്ങി. അങ്ങനെ ശവ്വാലിൻ ചന്ദ്രിക കണ്ട ഒരു രാത്രിയിൽ കരഞ്ഞു പ്രാർത്ഥിച്ചതിനു ഫലമുണ്ടായി. പടച്ചതമ്പുരാൻ മൊയ്തീനോട് നാട്ടിലേക്ക് പൊയ്ക്കൊള്ളാൻ പറഞ്ഞു.

അമാനിലേക്ക് വ്യാഴാഴ്ച രാത്രി ട്രെയ്‌ലർ പോകുന്നുണ്ട്. അതിൽ കടന്നുകൂടാനുള്ള പണം നേരത്തെ കൊടുത്തു. അവിടെ ചെന്നിട്ടു വേണം, പാസ്പോർട്ട് തിരികെ വാങ്ങാൻ, പിന്നെ നേരെ കോഴിക്കോട്ടേക്ക്. സ്പോൺസർ വന്നുവെന്നും വിമാനടിക്കറ്റ് ഉണ്ടെന്നും സൂപ്പർവൈസർ പറഞ്ഞു. മൊഞ്ചത്തികുട്ടിക്ക് കുറച്ച് സാധനങ്ങൾ വാങ്ങണം, ഒക്കെയും അമാനിൽ നിന്നും. സൂപ്പർവൈസർ കടയിൽ നിന്നും കൊണ്ടുപോകാൻ പറ്റുന്ന സാധനങ്ങളെടുത്തോ, ചെന്നാലുടൻ തിരിച്ചു പോന്നേക്കണമെന്നും തിരികെ പോരുമ്പോ ബീവിയെക്കൂടി കൊണ്ടുവരണമെന്നും ആജ്ഞാപിച്ചു. അയാൾ തലകുലുക്കി.

മുടിയൊക്കെ നരച്ചിരിക്കുന്നു. അയാൾ മുടി കറുപ്പിച്ചു, മുഖം നന്നായി ഷേവ് ചെയ്തു മിനുക്കി. ഒരു പെട്ടി സംഘടിപ്പിച്ചു. അതിൽ സാധനങ്ങൾ കുത്തിനിറച്ചു. അയാൾക്ക് ആവശ്യമില്ലാത്ത സാധനമൊക്കെ അബ്ദുവിനു കൊടുത്തു. കണ്ണാടിയെടുത്ത് പലതവണ മുഖം നോക്കി. എത്രനാളായി സനയോടൊന്നു മിണ്ടിയിട്ട്, അവൾ ബാപ്പായെന്നു പറഞ്ഞ് ഓടി വന്നു കെട്ടിപിടിച്ചിട്ട്, ചേർത്തു പിടിച്ചിട്ട്, ഓമനമുഖത്ത് മുത്തം കൊടുത്തിട്ട്. അയാളുടെ ക

ണ്ണുകൾ ഓർത്തോർത്ത് വരവേ നിറഞ്ഞു വന്നു. അവൾക്കുള്ള പഹയന് നല്ല അത്തറു കുപ്പിയൊരെണ്ണം സംഘടിപ്പിച്ചു പെട്ടിയിലാക്കിയിട്ടുണ്ട്. ഇനി ഇവിടേക്കില്ല. മതിയായി, മരുഭൂമിയുടെ മണമടിച്ചു മടുത്തു. മൂക്കിലും വായിലും എന്തിന് ആമാശയം മുഴുവൻ മണ്ണാണ്. അഞ്ചുനേരം നിസ്ക്കരിക്കാൻ കഴിയുന്നൊരു ജോലി നാട്ടിൽ സംഘടിപ്പിക്കണം. അയാൾ പുറത്തേക്ക് നോക്കി. ഒരു പൊടിക്കാറ്റ് മാനത്ത് പടമെഴുതുന്നു. ജനാല വലിച്ചടയ്ക്കാൻ തുടങ്ങുമ്പോഴാണ് അബ്ദു വന്നു പറഞ്ഞത്.

ദമാസ്ക്കസിൽ നിന്നും വന്ന ട്രെയ്‌ലർ ബോർഡറിൽ പിടിച്ചിട്ടിരിക്കുന്നു. അതിലൊരു പെണ്ണ് ഉണ്ട്. അതും പ്രായം തികയാത്തത്, കണ്ടാൽ നിങ്ങൾടെ മോളെ പോലെയുണ്ട്. അതേ ഛായ. നാലു വർഷത്തോളമായി അതിർത്തിയിൽ താമസിക്കുന്നു. എത്രയോ ചരക്കുവണ്ടികൾ അതിർത്തി കടന്നു പോകുന്നു, വരുന്നു. പക്ഷേ ഇത്രയും കാലം ഇത്തരമൊരു വാർത്ത കേട്ടിട്ടില്ലല്ലോ. ഇതെന്താണ്? ട്രെയ്‌ലറിൽ ഒരു പെൺകുട്ടി. കാണാൻ വരുന്നോയെന്നു അബ്ദു ചോദിച്ചപ്പോൾ മൊയ്തീൻ മറുത്തൊന്നും പറഞ്ഞില്ല. മുഖം മൂടുന്ന നീണ്ട വലിയ ഷാളെടുത്തു അബ്ദുവിനോടൊപ്പം വലിഞ്ഞു നടന്നു. അല്ല, അയാൾ അബ്ദുവിനേക്കാൾ മുന്നിൽ ബോർഡറിൽ നിന്നും മാറ്റി ട്രെയ്‌ലറുകൾ പാർക്ക് ചെയ്യുന്നിടത്തേക്ക് ഓടുകയായിരുന്നു.

ശരിയാണ്, ട്രെയ്‌ലറിന്റെ പാതിതുറന്ന വാതിൽപ്പാളിയിലൂടെ അയാൾ കണ്ടു. ഒരു പെൺകുട്ടി. അതിനെ തിരികെ സിറിയയിലേക്ക് പറഞ്ഞുവിടുകയാണ്. അതായത് നസീബിലെ ബോർഡർ ഏജൻസിയെ ഏൽപ്പിക്കും. അവരതിനെ കൊല്ലുകയോ തിന്നുകയോ ചെയ്യും. അതൊന്നും ജാബറിലെ ഉദ്യോഗസ്ഥർക്ക് അറിയേണ്ടതില്ല. അയാൾ അവളുടെ മുഖത്തേക്ക് സൂക്ഷിച്ചു നോക്കി. ആ കുട്ടി നിർവികാരതയോടെ ഇരിക്കുകയാണ്. കണ്ണീർചാലുകൾ മുഖത്ത് പ്രകടം. പക്ഷേ, അതു കരയുകയല്ല.

മൂന്നു ഉദ്യോഗസ്ഥർ ട്രെയ്‌ലറിന് അടുത്തു കൂടി നിന്നു ഉച്ചത്തിൽ തർക്കിക്കുന്നുണ്ട്. കാഴ്ച കാണാൻ ഏതാനും ആളുകൾ കൂടിയിട്ടുണ്ട്. ഉദ്യോഗസ്ഥർ വണ്ടിക്കരികിലേക്ക് വന്നു, ആളുകൾ മാറിനിന്നു, മൊയ്തീൻ ഒന്നു കൂടി നോക്കിയിട്ട് നിസംഗതയോടെ തിരിച്ചു നടക്കാൻ തുടങ്ങവേ, അതിലൊരാൾ അവളെ വലിച്ചു താഴെ പൂഴിമണ്ണിലേക്ക് ഇട്ടു. അയാൾ കട്ടിയുള്ള ബൂട്ട് കൊണ്ട് അവളുടെ ശരീരത്തിലൊരു തൊഴി കൊടുത്തു. വേദന കൊണ്ട് അല

റിക്കരഞ്ഞ് വേച്ച് എഴുന്നേൽക്കാൻ ശ്രമിച്ച അവൾ പിന്നെയും താഴേയ്ക്ക് വീണു. അയാൾ പിന്നെയും ചവിട്ടാൻ ശ്രമിച്ചപ്പോൾ അവൾ അയാളുടെ കാലിൽ പിടിച്ചു. അത് രസിച്ച അയാൾ അടുത്തൊരു കാൽ നിലത്തുറപ്പിച്ചു. ആ പെൺകുട്ടി തല കുമ്പിട്ട് അയാളുടെ കാലുകളിൽ കെട്ടിപിടിച്ചു കരയുകയായിരുന്നു, ഏങ്ങലടി ശബ്ദം അവിടെയെല്ലാം കേൾക്കാം. ആരും ഒന്നും മിണ്ടിയില്ല.

എല്ലാവരും പകച്ചു നിൽക്കുകയാണ്. മൊയ്തീന് തന്റെ ഹൃദയം നിലച്ചെന്നു തോന്നി. അയാളുടെ ശരീരം വല്ലാതെ തണുത്തു. പൊടിക്കാറ്റ് മരുഭൂമിയിൽ തകർക്കുന്ന ഹുങ്കാരം അവിടെ മുഴങ്ങി നിന്നു. നീളമുള്ള തോക്കിന്റെ മുന കൊണ്ട് വേറെയൊരാൾ മുതുകിൽ കുത്തിയതും അവൾ പിടഞ്ഞു മണ്ണിലേക്ക് മലർന്നു വീണു. അയാൾ അവളുടെ മുഖപടം വലിച്ചെറിഞ്ഞു, മൊബൈൽ ഫോണിൽ ചിത്രങ്ങൾ പകർത്തി.

മൊയ്തു കൈകൾ മുകളിലേക്ക് ഉയർത്തി, അല്ലാഹു അക്ബർ, പടച്ചോനെ ഉള്ളുരുകി വിളിച്ചു. മുഖപടം മാറിയ പെൺകുട്ടിയുടെ മുഖം അയാളുടെ മുന്നിൽ അനാവൃതമായി. അബ്ദു പതുക്കെ മൊയ്തുവിന്റെ കൈയിൽ പിടിച്ചു വലിച്ചു, തിരിച്ചു പോകാം എന്നുള്ളതിന്റെ സൂചനയായിരുന്നു അത്. പക്ഷേ, അയാൾ ആ കുട്ടിയുടെ മുഖത്തേക്ക് സൂക്ഷിച്ചു നോക്കി. ഏറിയാൽ എട്ടുവയസു കാണും, സനയുടെ അതേ രൂപവും ഭാവവും. ആ പെൺകുട്ടി 'ബാപ്പാ എന്നെ രക്ഷിക്കൂ' എന്നു വിളിച്ചു പറയുന്നതു പോലെ.

സർവ്വധൈര്യവും സംഭരിച്ചു മൊയ്തീൻ ഉദ്യോഗസ്ഥരുടെ അടുത്തു ചെന്ന് ഇവളെ എനിക്ക് വളർത്താൻ തരുമോയെന്നു ചോദിച്ചു. അബ്ദു അതുകണ്ട് അന്തം വിട്ടുനിൽക്കുകയായിരുന്നു. ഉദ്യോഗസ്ഥൻ മൊയ്തീനോട് ഐഡി കാർഡും പെർമിറ്റും ചോദിച്ചു. അയാൾ അതു കഴുത്തിൽ നിന്നും ഊരാറേയില്ലായിരുന്നു. നീളമേറിയ കുപ്പായത്തിനിടയിലൂടെ അയാളത് അവർക്ക് മുന്നിൽ പ്രദർശിപ്പിച്ചു.

അറബിഭാഷയിൽ ഉദ്യോഗസ്ഥർ എന്തൊക്കെയോ ചോദിക്കുന്നുണ്ടായിരുന്നു, മൊയ്തീൻ അതിനൊക്കെ ഉത്തരം പറയുകയും കരയുകയും ചെയ്തു. അവളെ നിക്കാഹ് കഴിക്കാനാണ് അവർ ആവശ്യപ്പെടുന്നതെന്നു മാത്രം അബ്ദുവിനു മനസ്സിലായി. നാളെ നാട്ടിലേക്ക് മകളുടെ നിക്കാഹ് നടത്താൻ വേണ്ടി പോവുന്ന ഒരു മനുഷ്യനാണ്, ഇങ്ങനെ കെഞ്ചുന്നത്. മൊയ്തീന് എന്തു പറ്റിയെന്നു വിചാരിക്കവേ, അബ്ദു കാണുന്നത്, അയാൾ ഒരു ഉദ്യോഗസ്ഥ

ന്റെ കാലിൽ വീണു കരയുന്നതാണ്.

ആ പെൺകുട്ടി മണ്ണിൽ തന്നെ കിടക്കുകയായിരുന്നു. ഏതു സമയത്തു വേണമെങ്കിലും പൊടിക്കാറ്റ് അവിടെയുത്തുമായിരുന്നു. ഉദ്യോഗസ്ഥർ ധൃതികൂട്ടി. അതിലൊരാൾ ആ പെൺകുട്ടിയുടെ കാലിൽ പിടിച്ച് മണ്ണിലൂടെ ബോർഡർ ഓഫീസിലേക്ക് വലിക്കാൻ തുടങ്ങി. മൊയ്തീന്റെ കരച്ചിൽ നിലവിളിയായത് പെട്ടെന്നായിരുന്നു. മരുഭൂമിയിൽ നിലാവുള്ള രാത്രികളിൽ ജിന്നുകളിറങ്ങുമ്പോൾ കുറുക്കന്മാർ ഓലിയിടുന്നതു പോലൊരു ശബ്ദമാണ് മൊയ്തീനിൽ നിന്നും വന്നത്.

പെട്ടെന്നാണ് ഉദ്യോഗസ്ഥൻ തോക്കുയർത്തി മുകളിലേക്ക് വെടി പൊട്ടിച്ചത്. അതിനർത്ഥം, അബ്ദുവിനറിയാം. അവൻ ജീവൻ കൈക്കുമ്പിളിലാക്കി തിരികെ ഓടി, അല്ല ചിറകില്ലാത്തൊരു പക്ഷി പായുന്നതു പോലെ പറക്കുകയായിരുന്നു. ആ പാച്ചിലിലും അവൻ മൊയ്തീനെ ഓടിക്കോ എന്ന് അലറുന്നുണ്ടായിരുന്നു. അപ്പോഴേയ്ക്കും പിന്നെയും വെടിപൊട്ടി. ഒന്നല്ല തുടരെ, തുടരെ. മൊയ്തീന്റെ കരൾ പിളരുന്നതു പോലെയുള്ള കരച്ചിൽ കേട്ട് അബ്ദു തിരിഞ്ഞു നോക്കുമ്പോഴേയ്ക്കും അവിടെയാകെ പൊടിക്കാറ്റ് മൂടിയിരുന്നു. ഒന്നും കാണാൻ വയ്യ, എല്ലാവരും അപ്രത്യക്ഷരായിരിക്കുന്നു.

ആ പൊടിക്കാറ്റ് അതുവരെ കണ്ടിട്ടില്ലാത്ത വിധത്തിലൊരു പെൺകുട്ടിയുടെ രൂപം അന്തരീക്ഷത്തിൽ വരച്ചു. അതിന് മൊയ്തീൻ മിക്കപ്പോഴും അബ്ദുവിനെ കാണിക്കുന്ന സന എന്ന പെൺകുട്ടിയുടെ രൂപമായിരുന്നുവെന്ന് അയാൾ തിരിച്ചറിഞ്ഞു. ഹുങ്കാര ശബ്ദത്തിനിടയിലും ജിന്നുകൾ പൊട്ടിച്ചിരിച്ചു.

○○

3

# പുഷ്പജാലകം

**ക**രൾദാനത്തിനുള്ള അവസാന പേയ്മെന്റ് വാങ്ങാൻ ഹോട്ടൽ മുറിയിലേക്ക് ചെല്ലുമ്പോൾ മൻദീപ് സിങ്ങിനു പതിവില്ലാത്ത ആനന്ദമായിരിക്കുമെന്നാണ് അശ്വിനി ചിന്തിച്ചത്. എന്നാൽ അയാൾ അവളുടെ മുഖത്തേക്കു അനുതാപപൂർവ്വം നോക്കുകയോ, ചിരിക്കുകയോ ഉണ്ടായില്ല. അയാളുടെ മുഖത്തിന് അപ്പോൾ ഒരു കരടിയുടെ ഭാവമായിരുന്നു. കണ്ണുകൾ അകാരണമായി ചുവന്നിരിക്കുന്നു. ചീർത്ത മുഖത്ത് ചീകിയൊതുക്കാത്ത താടിരോമങ്ങൾ അയാൾക്ക് തീരെ ചേരുന്നുണ്ടായിരുന്നില്ല.

അശ്വിനിയെ കണ്ട മാത്രയിൽ അയാൾ ചോദിച്ചു,

'കുട്ടി ഭക്ഷണം കഴിച്ചോ?'

അവൾ അതിനു മറുപടി പറയാതെ മനസ്സിൽ കണക്കുകൂട്ടി. അവളുടെ അനുജന് യുകെയിലേക്ക് പോകാനുള്ള പണത്തിന്റെ അവസാന ഗഡു ട്രാവൽ ഏജൻസിയിൽ കൊടുക്കാമെന്ന് പറഞ്ഞത് ഇന്നാണ്. അവൻ അതും പ്രതീക്ഷിച്ചിരിക്കുകയാവും. അശ്വിനിയുടെ അനുജൻ എന്നു പറഞ്ഞാൽ രക്തബന്ധമൊന്നും അവർ തമ്മിലില്ല. പക്ഷേ ഒന്നുണ്ട്, അവൻ കൂടെ വന്നതിൽ പിന്നെയാണ് അവളുടെ രാശി തെളിഞ്ഞത്. വടക്കൻ ഡൽഹിയിൽ ഉത്തംനഗറിലെ ഒറ്റമുറി ഫ്ളാറ്റിൽ തനിച്ചായിരുന്നപ്പോൾ അവനെ കൂട്ട് കിട്ടിയത്. തികച്ചും യാദൃശ്ചികമായിരുന്നു. ഒരു ഇടപാടുകാരന്റെ അടുത്തു നിന്നു രാത്രി വൈകി തിരിച്ചു വരുമ്പോഴാണ് ഇരുണ്ട ഗലികളിലൊന്നിൽ നായ മോങ്ങുന്നതു പോലെ അവന്റെ കരച്ചിൽ കേട്ടത്. മൂന്നു നാലു പേർ ചേർന്ന് ഉപദ്രവിച്ചു കൊണ്ടിരുന്ന അവന് ശ്വാസം കഴിക്കാൻ പറ്റുന്നുണ്ടായിരുന്നില്ല. അവന്റെ ദേഹത്തു വസ്ത്രങ്ങളൊന്നുമുണ്ടായിരുന്നില്ല. അവൾ ഒച്ചയെടുത്തു, നാടൻ ഹിന്ദിയിൽ അവൾക്കറിയാവുന്ന ഭാഷയിൽ അവന്മാരുടെ

അമ്മയ്ക്ക് വിളിച്ചു. രാത്രി തണുപ്പിനെ ഒഴിവാക്കാൻ അവൾ പതിവായി ചുറ്റിയിരുന്ന ഷാൾ എടുത്ത് അവന് ഉടുക്കാൻ കൊടുത്തു. പിന്നെ, റിക്ഷാക്കാരനും അവളും ചേർന്ന് അവനെ വണ്ടിയിലേക്ക് വലിച്ചു കയറ്റി. അവൻ ശബ്ദമുണ്ടാക്കാതെ മോങ്ങിക്കൊണ്ടിരുന്നു.

രണ്ടു ദിവസം കഴിഞ്ഞാണ് അവന് സംസാരിക്കാൻ പറ്റിയത്. ആ രണ്ടു ദിവസവും അവൾ അവനു കാവലായി ഇരുന്നു. നല്ല പണം തരാൻ ആളുണ്ടെന്ന് പറഞ്ഞ് നിരവധി തവണ റഫീഖ് വിളിച്ചപ്പോഴും അവൾ സുഖമില്ലെന്നു പറഞ്ഞൊഴിഞ്ഞു. അവന്റെ വീർത്തു തടിച്ച ചുവന്ന പാടുകളിൽ അവൾ ഉപ്പുവെള്ളം കൊണ്ടു തുടച്ചു കൊടുത്തു. ബിസ്ക്കറ്റും പഴങ്ങളും പാലും അവൾ ചുണ്ടിലേക്കു ചേർത്തു വച്ചു. അവനെ അവൾ പിടിച്ചു കക്കൂസിൽ കൊണ്ടിരുത്തിക്കൊടുത്തു. അവൻ സംസാരിക്കുമ്പോൾ നാക്കു വല്ലാതെ കുഴയുന്നതു കൊണ്ട്, അവളൊന്നും ചോദിച്ചില്ല. അവളുടെ ജീൻസ് അവനെ ധരിപ്പിച്ചു. അവളുടെ ടീഷർട്ട് അവന് തീരെ ചേരുന്നുണ്ടായിരുന്നില്ല. എന്നിട്ടും, നാണം മറയ്ക്കാൻ അതു ധാരാളമെന്ന മട്ടായിരുന്നു അവന്.

കൊല്ലം ഏഴു കഴിഞ്ഞിരിക്കുന്നു. അന്ന് രാത്രി എന്താണ് ഉണ്ടായതെന്ന് അവളോ, മിക്കവാറും രാത്രി എവിടേക്ക് പോകുന്നുവെന്ന് അവനോ അവളോടു ചോദിച്ചില്ല. അവൻ അവളെ സ്നേഹത്തോടെ ദീദി എന്നു വിളിക്കുമ്പോഴും രാത്രി വൈകി വന്നു കയറുമ്പോഴുള്ള അവളുടെ ദേഹത്തെ മണം അവനെ ഓക്കാനിപ്പിച്ചു. അവൾ വരുവോളം അവൻ പുസ്തകങ്ങൾ പഠിച്ചു. ആ പഠനത്തിന്റെ വലിയ വിജയം പോലെയാണ് യുകെയിലേക്ക് പോകാനുള്ള തീരുമാനത്തിൽ അവർ എത്തുന്നത്. ഇന്ത്യയിൽ നിന്നും മറ്റൊരിടത്തേക്ക് പോവുക. ശിഷ്ടകാലം അവിടെ ജീവിക്കുക. എന്നാൽ അതിനുള്ള സാമ്പത്തികമാർഗം എങ്ങനെയെന്ന ചോദ്യത്തിന് അടുത്ത കാലം വരെ അവൾക്ക് ഉത്തരമുണ്ടായിരുന്നില്ല.

സ്വന്തമായി ആരുമില്ല. സ്വന്തമായി വീടില്ല. സ്വന്തമായി എവിടേക്കും പോകാനുമില്ല. സ്വന്തമെന്നു പറയാൻ ദീദിയെന്നു വിളിക്കുന്ന അവൻ മാത്രമാണുള്ളത്. ഒരു ദിവസം അവനും വിട്ടു പോകുമെന്ന് അവൾക്കറിയാം. എങ്കിലും അതുവരെ മാത്രം, അതുവരെ മാത്രം. മിണ്ടിയും പറഞ്ഞും ഇരിക്കാൻ, ഉണ്ടാക്കിയെടുത്ത ഭക്ഷണം കൂടെ വന്നിരുന്നു കഴിക്കാൻ. ആരോടെങ്കിലും ദേഷ്യം വരുമ്പോൾ വല്ലാതെ ശകാരിക്കാൻ അവൾക്ക് ഒരു ആളു വേണമായിരുന്നു. ഇതാണ് എന്റെ കൂടെപ്പിറപ്പ് എന്നു വിളിക്കാൻ ഒരു മനു

ഷ്യൻ വേണമായിരുന്നു. അങ്ങനെ സ്വരൂക്കൂട്ടി വച്ച എൺപതിനായിരം രൂപയാണ് ട്രാവൽ ഏജൻസിക്ക് അഡ്വാൻസ് കൊടുത്തത്. ഇനിയെന്ത് എന്നു ചിന്തിച്ചിരിക്കവേയാണ്, ഒരു വെളിച്ചം പോലെ അവളുടെ മുന്നിലേക്ക് ബ്രെഡ് പൊതിഞ്ഞു കൊണ്ടു വന്ന പഴയ പത്രം വീണത്. അതിൽ ആനന്ദ് കപൂറിന്റെ ചിത്രമുണ്ടായിരുന്നു. അവളതെടുത്ത് അവൻ കാണാതെ മുഖത്തോടു ചേർത്തു വച്ചു ചുംബിച്ചു. കണ്ണുകളിൽ നിന്നും ആ ചിത്രം അകറ്റിയപ്പോഴാണ് തൊട്ടു മുകളിൽ ഒരു ചതുരത്തിലെ തടിച്ച അക്ഷരങ്ങളിൽ കണ്ണുടക്കിയത്.

കരൾ ആവശ്യമുണ്ട് എന്ന പരസ്യം. കരൾ വിൽക്കാൻ പറ്റുമെന്നത് വലിയൊരു അറിവായിരുന്നു അശ്വിനിക്ക്. അവൾ ഒപ്പം കൊടുത്തിരുന്ന മൊബൈൽ നമ്പറിലേക്ക് വിളിച്ചു നോക്കി. ബാൽക്കണിയിൽ നിന്നു ഫോൺവിളിച്ച് അപ്പോയിന്റ്മെന്റ് എടുക്കുമ്പോൾ അവൾ ശരീരത്തിൽ വിരലുകളോടിച്ചു. തന്റെ ശരീരത്തിൽ കരൾ എവിടെയായിരിക്കും.? അതിനെന്തു വലിപ്പം കാണും? അതിന് ഇത്രമാത്രം വിലയുണ്ടോ? അവൾ നോക്കുമ്പോൾ അവനൊരു ഇംഗ്ലീഷ് വാക്ക് ശരിയായ രീതിയിൽ ഉച്ചരിച്ചു പഠിക്കുന്നതു കണ്ടു. താൻ ചെയ്യുന്നതാണ് ശരിയെന്ന തോന്നിയ മാത്രയിൽ, നാളെ ഏതു കുർത്ത ധരിക്കുമെന്ന് അവൾ ആലോചിച്ചു. പിന്നെ, അതിന്റെ പൊട്ടിപ്പോയ ബട്ടൺ ചേർത്തുപിടിപ്പിക്കുന്നതിന് കലണ്ടറിൽ കുത്തിയിറക്കിയിരുന്ന സൂചി കണ്ടെടുത്ത് അതിലേക്ക് നൂൽ കോർത്തു തുടങ്ങി.

'കുട്ടിക്ക് വിശക്കുന്നുണ്ടോ?'

അവൾ ഉണ്ടെന്നും ഇല്ലെന്നും പറഞ്ഞില്ല.

'എനിക്ക് ധൃതിയുണ്ടായിരുന്നു സർ, ഇന്ന് ബാലൻസ് പേയ്മെന്റ് ഏജൻസിയിൽ അടക്കണം. അവന് പഠിക്കേണ്ട കോളേജിൽ ഫീസും അടക്കേണ്ട അവസാന തീയതിയും ഇന്നാണ്.'

അവൾ ഒറ്റശ്വാസത്തിൽ അതു പറഞ്ഞുകൊണ്ട് അയാൾ ചൂണ്ടിക്കാണിച്ച കസേരയിലേക്ക് ഇരുന്നു.

'നിങ്ങൾക്ക് പാസ്പോർട്ട് ഒക്കെ ശരിയായോ?'

അയാൾ വാക്കുകൾ കണ്ടെടുക്കാൻ ബുദ്ധിമുട്ടി ചോദിച്ചു.

'ശരിയാവും സാർ.'

അവൾ ആത്മവിശ്വാസത്തോടെ പറഞ്ഞതിനു മറുപടിയായി അയാളൊന്ന് അമർത്തി മൂളി. പിന്നെ അവൾക്ക് അഭിമുഖമായി ഇരുന്നുകൊണ്ടു ശബ്ദം താഴ്ത്തി സംസാരിക്കാൻ തുടങ്ങി. അയാൾ

കരയുകയാണോയെന്ന് അശ്വിനി സംശയിച്ചു.

'എങ്ങനെ പറഞ്ഞു തുടങ്ങണമെന്ന് എനിക്കറിയില്ല. നമ്മുടെ ഡീൽ ഇനി നടക്കുകയില്ല. എന്റെ ഭാര്യ മരിച്ചിട്ട് ഇന്നു മൂന്നു ദിവസങ്ങൾ കഴിഞ്ഞിരിക്കുന്നു. യുഎസിൽ നിന്നെത്തിയ മകൾ ഇന്നു തിരിച്ചു പോയി. നിങ്ങൾ വിളിച്ചപ്പോൾ എന്തു പറയണമെന്നറിയാഞ്ഞതു കൊണ്ടാണ് വരാൻ പറഞ്ഞത്. പക്ഷേ, ഇപ്പോൾ തിരിച്ചറിയുന്നു, ഞാൻ വീണ്ടും വല്ലാതെ ഒറ്റപ്പെടുകയാണ്. തരാമെന്നേറ്റ പണം ഞാൻ തരാം. പക്ഷേ, ഞാനൊരു കാര്യം ചോദിക്കട്ടെ...'

മൻദീപ് സിങ്ങിനു അത്രയും പറഞ്ഞൊപ്പിക്കാൻ കുറേ സമയം വേണ്ടിവന്നു. അതു മനസ്സിലാക്കാൻ അശ്വിനിയും ഏറെ സമയമെടുത്തു. അവൾ ഒന്നും മിണ്ടാതെ അയാളുടെ കണ്ണിലേക്കു തുറിച്ചു നോക്കി. അയാളെഴുന്നേറ്റ് ഒരു ഗ്ലാസ് വെള്ളം കുടിക്കുന്നു. ഫോണിൽ വിളിച്ച് രണ്ടു ജ്യൂസ് ഓർഡർ ചെയ്യുന്നു, കുറേ നേരം പുറത്തേക്ക് ജനാലയിലൂടെ നോക്കി നിൽക്കുന്നു. അവിടെ മരത്തിൽ പുഷ്പങ്ങൾ വിടർന്നു നിൽക്കുന്നതിൽ നിന്നു കണ്ണെടുത്ത ശേഷം, മുഖം കുനിച്ചിരുന്ന അവളുടെ അടുത്തെത്തി ക്രമമില്ലാതെ പറഞ്ഞൊപ്പിച്ചു.

'കുട്ടി, എനിക്ക് ആവശ്യത്തിലേറെ സ്വത്തുണ്ട്. നിനക്ക് എന്റെ മകളാകാനുള്ള പ്രായമേയുള്ളു. പക്ഷേ, എനിക്ക് ഒരു കൂട്ടു വേണം. പണത്തിനു വേണ്ടിയാണെങ്കിലും നീ എന്റെ പ്രിയപ്പെട്ടവൾക്ക് കരൾ പകുത്തു തരാൻ നിശ്ചയിച്ചു. എത്രയോ ബന്ധുക്കൾ, സുഹൃത്തുക്കൾ, എന്തിന് എന്റെ മകൾ പോലും അവൾക്കുവേണ്ടി അക്കാര്യത്തെക്കുറിച്ച് മിണ്ടിയില്ല. അവർക്കൊക്കെയും എന്റെ പണവും പ്രതാപവും മതിയായിരുന്നു. അവളില്ലാത്ത ആ വീട്ടിലേക്കുപോലും ഞാനിനി പോകുന്നില്ല. നിന്നെ ഞാൻ സ്വീകരിച്ചോട്ടെ...'

മിനിറ്റുകൾ കഴിഞ്ഞിട്ടാണ്, അവർ ഓർഡർ ചെയ്ത ജ്യൂസ് എത്തിയത്. അവക്കോഡ ജ്യൂസിന്റെ മുകളിൽ അടിഞ്ഞു കൂടിയ പത പോലെയാണ് തന്റെ ജീവിതമെന്ന് അതിനു മറുപടിയായി പറയണമെന്ന് അവൾക്ക് തോന്നി. പക്ഷേ അശ്വിനിക്കു ശബ്ദം പുറത്തേക്ക് വന്നില്ല. അവൾ സ്ട്രോ ഉപയോഗിച്ച് ആ പതയിൽ താളമില്ലാതെ ഇളക്കിക്കൊണ്ടിരുന്നു. അയാൾ പറഞ്ഞു.

'നിന്റെ ജീവിതം, നിന്റെ ഭൂതകാലം അതൊന്നും എനിക്ക് പ്രശ്നമില്ല. നിന്നെക്കുറിച്ച് കുറെയൊക്കെ ഞാൻ അന്വേഷിച്ചിരുന്നു....'

അവൾ അയാളുടെ മുഖത്തേക്ക് ദയനീയമായി നോക്കി. തന്റെ

എല്ലാ സ്വകാര്യതയും നഷ്ടപ്പെട്ട് ഒരു ആണിനു മുന്നിലിരിക്കുന്നതിനേക്കാൾ അവൾക്ക് അറപ്പ് തോന്നിയത്, ഭാര്യ മരിച്ചു മൂന്നാംപക്കം മറ്റൊരു പെണ്ണിന് വില പറയുന്ന അയാളുടെ മുഖത്തെ നിർവികാരതയായിരുന്നു. അശ്വിനിക്ക് അയാളുടെ രോമങ്ങൾ ക്രമമില്ലാതെ നിൽക്കുന്ന, പ്രായം വെളിപ്പെടുത്തുന്ന മുഖത്തേക്ക് കാറി തുപ്പണമെന്നു തോന്നി. പക്ഷെ, പൊടുന്നനെ മാഞ്ചസ്റ്റർ കോളേജിൽ അവന് അടയ്ക്കേണ്ട ഫീസിനെക്കുറിച്ചോർത്തപ്പോൾ അശ്വിനി മൗനം പാലിച്ചു.

'സർ, എനിക്ക് അതിനു കഴിയില്ല..'

അത്രമാത്രം അവൾ പറഞ്ഞൊപ്പിച്ചു. അവൾ നിർദ്ദാക്ഷിണ്യമാണ് അതു പറഞ്ഞതെന്നു മൻദീപിനു തോന്നിക്കാണും. അയാൾ പിന്നെയും അവളുടെ മുഖത്തുനിന്നു ദൃഷ്ടി ചലിപ്പിക്കാതെ ദയനീയമായി തൊണ്ടയിടറിക്കൊണ്ടു പറഞ്ഞു.

'എനിക്ക് മിണ്ടിയും പറഞ്ഞുമിരിക്കാൻ ഒരാളു വേണം. അത്രയേ വേണ്ടൂ. പിന്നെ പണത്തിന് നിനക്കുള്ള ആവശ്യം എനിക്കറിയാം. അതിലുമെത്രയോ ഇരട്ടി ആസ്തി എനിക്കുണ്ടെന്നും നിനക്കറിയാം. മറ്റു പെണ്ണുങ്ങൾ ഇല്ലാത്തതു കൊണ്ടുമല്ല, സ്വന്തം അവയവം മറ്റൊരാൾക്കു വേണ്ടി ത്യജിക്കാൻ തയ്യാറായ ഒരു പെണ്ണിന് പകരം ഈ ഭൂമി പ്രപഞ്ചത്തിലെ യാതൊന്നും മതിയാവില്ല. അത്രയ്ക്ക് മനസ്സിൽ നന്മയുള്ളവളാണ് നീ..'

അവൾ നോക്കുമ്പോൾ, അയാളുടെ മുഖത്ത് പഴയ വ്യസനമൊന്നും ഉണ്ടായിരുന്നില്ല. അയാളുടെ കണ്ണുകളിൽ ഒരു പ്രകാശം പടരുന്നു. അതിലൊരു പുഷ്പക്കാഴ്ച ജാലകം കടന്നുവരുന്നു. ഇപ്പോഴതൊരു ലാസ്യനടനം പോലെ സ്വിമ്മിങ് പൂളിൽ നീന്തിക്കളിക്കുന്നു. അതിലാരെയും കീഴ്പ്പെടുത്താൻ പോകുന്ന ഒരു പൗരുഷം ഒളിഞ്ഞിരിപ്പുണ്ടെന്നും അവൾക്ക് മനസ്സിലായി. അവൾ പറഞ്ഞു.

'എന്റെ വെർജിനിറ്റി ഒരു പ്രശ്നമല്ലെന്നു സാർ പറഞ്ഞപ്പോൾ ഏതൊരു പെണ്ണിനെയും പോലെ ഞാനും ഭയന്നു. അതൊന്നുമില്ലാത്തൊരാൾ മറ്റൊരാളുടെ സ്ഥിരം ആസ്തിയാവുന്നതിൽ എന്താണ് അർത്ഥമെന്നും എനിക്കറിയില്ല. പക്ഷേ, .'

അശ്വിനി കസേരയിൽ നിന്നൽപ്പം പൊന്തി. ജാലകത്തിനു പുറത്ത് പടർന്നു നിൽക്കുന്ന മരച്ചില്ലകളിൽ പുഷ്പങ്ങൾ പൂവിട്ടു നിൽക്കുന്നു. അവൾ സങ്കോചത്തോടെ ശബ്ദം താഴ്ത്തി അൽപ്പം നാണത്തോടെ പറഞ്ഞു.

'സർ, ഞാൻ ഒരു ട്രാൻസ്ജെൻഡറാണ്. നിങ്ങളുടെ ഭാഷയിൽ പറഞ്ഞാൽ ആണും പെണ്ണുമല്ലാത്തവൾ. അങ്ങനെയൊരാളിനെ സാറിനു ജീവിതകാലം മുഴുവൻ സ്വീകരിക്കാൻ പറ്റുമോ?.'

അതു സ്ഫുടമായി പറഞ്ഞു കഴിഞ്ഞതും അയാൾ ഞെട്ടി പിന്നിലേക്ക് മാറുന്നത് അശ്വിനി വ്യക്തമായും കണ്ടു. തന്നെ കൊല്ലരുതേയെന്ന് അയാൾ യാചിക്കുന്നതുപോലെ അവൾക്ക് തോന്നി. മുന്നിൽ ഫണമുയർത്തി നിൽക്കുന്ന കരിമൂർഖൻ കൊത്താനായുന്നതു പോലെ അയാൾ പേടിയോടെ പിന്നിലേക്ക് കസേരയോടെ മറിയുന്നു.

അശ്വിനി വളരെ ശാന്തയായി ഉറച്ച ശബ്ദത്തിൽ പറഞ്ഞു,

'സർ ജനിച്ചു പോയതു കൊണ്ട് ജീവിക്കുകയാണ്. സ്വപ്നങ്ങളോ മോഹങ്ങളോ ഇല്ലെന്നല്ല. മനുഷ്യജീവിതമല്ലേ സർ. പിന്നെ, പട്ടിണി കിടക്കാൻ വയ്യ സാർ. അതിന് ഈ ശരീരം മതിയാകുമെങ്കിൽ അങ്ങനെയാവട്ടെ എന്നു കരുതി. അല്ലാതെ കാമിച്ചു വഴിപിഴച്ചു പോയതൊന്നുമല്ല. പണത്തിന് ആവശ്യങ്ങൾ പലതല്ലേ, അങ്ങയുടെ പണം എന്നെ ഭ്രമിപ്പിച്ചതല്ല, അതൊരു മനുഷ്യക്കുരുന്നിന് രക്ഷപ്പെടാൻ വഴിയൊരുക്കുകയായിരുന്നു. അതെങ്കിലും പോയി രക്ഷപ്പെട്ടോട്ടെ എന്നു കരുതി. ശ്രാദ്ധച്ചടങ്ങുകൾ തീർന്നിട്ടുണ്ടാവില്ലല്ലോ, അങ്ങ് വീട്ടിലേക്ക് ചെല്ലൂ.'

അശ്വിനി വാതിൽ വലിച്ചടച്ച് പുറത്തേക്ക് നടന്നു.

അപ്പോൾ തനിക്ക് വല്ലാത്തൊരു ആത്മവിശ്വാസം കൈവന്നതു പോലെ അവൾക്ക് തോന്നി.

ലോകം തന്നെ കൈയടിച്ച് വരവേൽക്കുന്നു. റിസപ്ഷനിസ്റ്റ് തന്നെ നോക്കി ആദരപൂർവ്വം ചിരിക്കുന്നു. സെക്യൂരിറ്റി ബഹുമാനത്തോടെ മുഖം കുനിക്കുന്നു. ജനാലയിലൂടെ അവൾ കണ്ട മരത്തിലെ പുഷ്പങ്ങൾ അവൾക്ക് മീതെ വൃഷ്ടി നടത്തി.

അപ്പോൾ മറ്റൊരിക്കലും ഇല്ലാത്തതു പോലെ അശ്വിനി ഒരു ഭ്രമരമായി മാറുകയായിരുന്നു...

OO

4

# അബ്സല്യൂട്ട് മാജിക്

**മൊ**രുമൊരെയുള്ള ചിക്കൻഫ്രൈ ശാന്തമായിരുന്നു തിന്നുന്ന അശ്വിനെയും നോക്കി ഓറഞ്ച് ജ്യൂസിനു മുന്നിലിരിക്കുമ്പോൾ, ഏതൊരമ്മയും ആ സമയത്ത് ചിന്തിക്കേണ്ടതായ പ്രായമായിരിക്കുന്നു, 'അവനെത്ര വേഗം വളർന്നിരിക്കുന്നു എന്ന സ്ഥിരം വേവലാതികയൊന്നും സുമിത്രയെ തെല്ലും അലോസരപ്പെടുത്തിയതേയില്ല. ശ്രദ്ധ മുഴുവൻ അവനിലേക്ക് കേന്ദ്രീകരിച്ച് സാകൂതം നോക്കിയിരുന്നപ്പോൾ അവൾക്കു തോന്നിയ ഒരേ ഒരു കാര്യം, അവനെന്തിന് ഒരു കത്തി ബാഗിനുള്ളിൽ കരുതി എന്നതു മാത്രമായിരുന്നു.' അവളൊന്നും ചോദിച്ചില്ല, ചിക്കന്റെ എല്ലിൻ കഷണങ്ങൾ തെല്ലും പ്രകോപിപ്പിക്കുന്നില്ലെന്നും അവനത് ആസ്വദിച്ച് കഴിക്കുകയാണെന്നും കണ്ടപ്പോൾ, അവൾ ബോട്സ്വാനയിലുള്ള ഭർത്താവിനു വാട്സാപ്പ് സന്ദേശമയിച്ചു, 'കിരൺ, നൗ ഹീ ഈസ് ഓൾറൈറ്റ്, ഐ തിങ്ക്.'

ഡാരൻ ബ്രൗണിന്റെ 'അബ്സല്യൂട്ട് മാജിക്' വിവർത്തനം ചെയ്ത് എത്രയും പെട്ടെന്ന് എഡിറ്റോറിയൽ വിഭാഗത്തിൽ ഏൽപ്പിക്കേണ്ടതിന്റെ വ്യഥയിൽ ചുറ്റും നടക്കുന്നതിനെക്കുറിച്ചൊന്നും ആശങ്കപ്പെടാതെയിരിക്കവേയായിരുന്നു ബോട്സ്വാനയിൽ നിന്നും ആ തുടർ സന്ദേശമെത്തിയത്. 'സുമി, നീ അത്യാവശ്യമായി സ്കൂളിൽ വരെയൊന്നു പോകണം. നമ്മുടെ മോന് എന്തോ ചില അസ്വസ്ഥതകളുണ്ട്. അവന്റെ സ്കൂളിലെ പേഴ്സണൽ കൗൺസിലർ ജോയ് തോമസ് എന്നോട് സംസാരിച്ചു. അവനിൽ എന്തൊക്കെയോ കാര്യമായ മാറ്റങ്ങൾ കാണുന്നുണ്ടത്രേ. ടീനേജാണ്, നാം സൂക്ഷിക്കണം.'

പത്താം ക്ലാസിൽ പഠിക്കുന്ന കുട്ടിയാണ്. അവനിൽ എന്തു മാ

റ്റങ്ങൾ വരാനാണ്? അവന്റെ ശബ്ദത്തിനു കുറച്ചു മാറ്റങ്ങൾ സംഭവിച്ചിട്ടുണ്ട്. നിർബന്ധിച്ചു വാങ്ങി നൽകിയ റേസർ ഉപയോഗിച്ചു ഷേവ് ചെയ്യുന്നതു സ്ഥിരമാക്കിയിട്ടുണ്ട്. കണ്ണാടിയുടെ മുന്നിൽ നിന്ന് അധികനേരം മുടി മാടിയൊതുക്കുന്നില്ല. മിക്സഡ് സ്കൂളാണെങ്കിൽ കൂടി അവനെ ഏതെങ്കിലും പെൺകുട്ടി ആകർഷിക്കുന്ന ലക്ഷണങ്ങളും പ്രകടിപ്പിക്കുന്നില്ല. അത്തരത്തിലൊരു ചാപല്യത്തിന്റെ രഹസ്യാന്വേഷണത്തിനായി ബോട്സ്വാനയിൽ നിന്നും ഭർത്താവ് പറഞ്ഞു കൊടുത്ത പല പദ്ധതികളും പരീക്ഷിച്ചു പരാജയപ്പെട്ട ഒരു അമ്മയായി സുമിത്ര ഇതിനോടകം മാറിയിരുന്നു.

അവൻ ട്യൂഷനു പോകുമ്പോൾ പുസ്തകങ്ങളും ബുക്കുകളും പരിശോധിക്കുക. പിൻ ചെയ്തു സൂക്ഷിച്ചിരിക്കുന്നു നോട്ട്ബുക്കുകൾക്കിടയിലെങ്ങാനും ഒരു ലൗലെറ്റർ ഒളിഞ്ഞിരിപ്പുണ്ടോ, അതുമല്ലെങ്കിൽ അവന്റെ കാമുകിയെന്നു കരുതുന്നവളുടെ പേര് അറിയാതെയെങ്കിലും അവൻ എവിടെയെങ്കിലും പേന കൊണ്ട് കോറിയിട്ടിട്ടുണ്ടാകുമോ തുടങ്ങിയ അന്വേഷണങ്ങൾക്കെല്ലാമവസാനം അവളൊന്നു മാത്രം നിരീക്ഷിച്ചു. തന്റെ പുത്രൻ തമോഗർത്തങ്ങളെക്കുറിച്ചും ആകാശഗംഗയെക്കുറിച്ചും വായിക്കുകയും പഠിക്കുകയും സ്റ്റീഫൻ ഹോക്കിൻസിനെ പോലെയുള്ളവരെ ഫോളോ ചെയ്യുകയും ചെയ്യുന്നു. അതിനർത്ഥമെന്താണെന്ന് ബോട്സ്വാനയിൽ നിന്നും ഭർത്താവിന്റെ പ്രൊഫസർ മസ്തിഷ്ക്കം പലതവണ ചിന്തിച്ച് സ്ഥാപിച്ച നിരീക്ഷണങ്ങൾ അവൾക്ക് മുന്നിൽ അവതരിപ്പിച്ചെങ്കിലും അതൊന്നും ഒരു ടീനേജുകാരന്റെ അമ്മയ്ക്ക് തീരെ സ്വീകാര്യമായിരുന്നില്ല.

അവളുടെ മനസ്സിൽ നിറയെ അബ്സല്യൂട്ട് മാജികിന്റെ ഉന്മാദങ്ങൾ മദിച്ചു നിന്ന കാലമായിരുന്നു അത്. തന്റെ ഭർത്താവ് അബ്സല്യൂട്ട് മാജികിലെ ഒരു കഥാപാത്രമാണെന്നും അയാളെ വിവർത്തനം ചെയ്യുന്നതിൽ താൻ നിഷ്പ്രയാസം വിജയിക്കുമെന്നും ഉറപ്പിച്ച നിമിഷമാണ് ബോട്സ്വാനയിൽ നിന്നും സന്ദേശമെത്തിയത്. 'സുമി, അവന്റെ ചോദ്യത്തിന് ഞാനുത്തരം കണ്ടെത്തിയിരിക്കുന്നു, നീയും അറിഞ്ഞിരിക്കണം, അതി ദീർഘവൃത്തത്തിൽ ഭ്രമണം ചെയ്യുന്ന പ്ലൂട്ടോയെ പോലെയുള്ള ചുവന്ന കുള്ളൻ ഗ്രഹമാണ് സെഡ്ന. ഒരു പരിക്രമണം പൂർത്തിയാക്കാൻ 12,050 വർഷം വേണം. 2003ൽ മൈക്ക് ബ്രൗൺ ആണ് സെഡ്നയെ കണ്ടെത്തിയത്. ഇതിന്റെ പെരിഹീലിയൻ 76 ജ്യോതിർമാത്രയും അപ്ഹീലിയൻ 928 ജ്യോതിർമാത്രയും ആണ്.'

ഒരു നിമിഷം സുമിത്ര പരാജയത്തിന്റെ കയ്പ്പറിഞ്ഞു.

ഡാരൻ ബ്രൗൺ ഇല്യൂഷനെക്കുറിച്ച് വാസ്തവത്തിൽ എന്താണു പറഞ്ഞു വച്ചിരിക്കുന്നതെന്നു മനസ്സിലാക്കിയെടുക്കുവാൻ സുമിത്ര ഏറെ ബുദ്ധിമുട്ടിയ ഒരു പകൽ. എന്നാൽ ന്യായമായും തെറ്റില്ലാത്ത വിധത്തിൽ അവൾക്കത് മനസ്സിലാക്കിയെടുക്കുവാൻ കഴിഞ്ഞതിൽ, അത് തന്റേതായ രീതിയിൽ തർജിമ ചെയ്യാൻ കഴിഞ്ഞതിൽ ഒരു എഴുത്തുകാരി എന്ന നിലയിൽ താൻ എത്രയോ പുരോഗമിച്ചിരിക്കുന്നുവെന്ന് ഗൂഢമായി സ്വയം ആനന്ദിച്ച ഒരു പകലായിരുന്നു അത്.

താനയച്ച ഇ-മെയ്ൽ കിട്ടി മൂന്നു മണിക്കൂറിനുള്ളിൽ എഡിറ്റോറിയൽ ഹെഡ് ജാക്സൺ എബ്രഹാമിന്റെ കമന്റ് വന്നു. ‘ഡാരൻ ബ്രൗൺ ആരാണെന്നാണ് നിങ്ങളുടെ വിചാരം? അയാളുടെ മാജിക് പിന്തുടരാൻ നിങ്ങൾക്കു കഴിയുന്നില്ലെങ്കിൽ ഞങ്ങൾക്ക് മറ്റൊരാളെ തേടേണ്ടി വരും. മാറ്റിയെഴുതുന്ന അധ്യായങ്ങൾ എത്രയും പെട്ടെന്നു കിട്ടുമല്ലോ.’

സത്യത്തിൽ നീയൊക്കെ എവിടുത്തെ എഡിറ്റോറിയൽ എക്സ്പീരയിൻസ് ഉള്ളവരാണെന്നും, ഒരു സ്ത്രീ എഴുതുന്നുവെന്നതാണ് നിന്റെ പ്രശ്നമെങ്കിൽ എന്റെ കോൺട്രാക്റ്റ് അവസാനിപ്പിക്കു എന്നുമൊക്കെ ആവേശത്തോടെ അതിനു മറുപടി അവൾ സ്മാർട്ട് ഫോണിൽ ടൈപ്പ് ചെയ്തു. അയക്കുന്നതിനു മുമ്പേ ഫോൺ ശബ്ദിച്ചു. അശ്വിന്റെ സ്കൂളിന്റെ നമ്പർ മൊബൈലിന്റെ സ്ക്രീനിൽ മിന്നിത്തെളിഞ്ഞപ്പോൾ, എന്തേ എന്റെ കുഞ്ഞിന് പറ്റിയതെന്ന ഹൃദയമിടിപ്പോടെ സുമിത്ര ഫോൺ എടുത്തു. വിളിച്ചത് മറ്റാരുമായിരുന്നില്ല, ഗബ്രിയേൽ പെരുന്തോട്ടം അച്ചനായിരുന്നു. വളരെ ആഢ്യത്വമുള്ള സ്വരം. അതിന് ഏതൊരാളെയും കൂടെനിർത്താൻ കഴിയുന്ന എന്തോ ഒരു മാന്ത്രിക ശക്തിയുണ്ടെന്നു സുമിത്രയ്ക്ക് തോന്നി. അച്ചൻ സംസാരിക്കുന്നത് തന്റെ മകനെക്കുറിച്ചാണ്. ‘അടിയന്തിരമായി സ്കൂളിൽ വരെയൊന്നു വരണം മിസ്സസ്സ് കിരൺ പോൾ. നിങ്ങളുടെ മകൻ അശ്വിൻ പോളിന്റെ ബാഗിൽ നിന്നും നൊട്ടോറിയസ് സ്ട്രീറ്റ് ഫൈറ്റേഴ്സ് മാത്രം, ഐ റിപ്പീറ്റ്, നൊട്ടോറിയസ് ക്രിമിനൽസ് ഉപയോഗിക്കുന്നയൊരു വെപ്പൺ കണ്ടെത്തിയിരിക്കുന്നു. കുട്ടിയെ വന്നു കൂട്ടിക്കൊണ്ടു പോകണം.’

സത്യത്തിൽ താനൊരു അയഥാർത്ഥ ലോകത്തിലല്ലെന്നും ഡാരൻ ബ്രൗണിന്റെ ഇല്യൂഷനിൽ അടിപ്പെട്ടു നിൽക്കുകയല്ലെന്നും ഫോൺകോൾ വന്നതാണെന്നും തിരിച്ചറിഞ്ഞ സുമിത്ര എന്തു ചെ

യ്യണമെന്ന ആശങ്കയോടെ മുറിക്കുള്ളിലേക്ക് ഓടി വാർഡ്രോബ് തുറന്നു. എന്തു ധരിക്കണം എന്ന് ഒരു നിമിഷം ആലോചിച്ചു. പിന്നെ, വൺ സൈഡ് ഷാൾ ഉള്ള ചുരിദാർ, ഹാങ്ങറിൽ നിന്നും വലിച്ചെടുത്ത്, ഒറ്റനിമിഷം കൊണ്ട് അവൾ വിവസ്ത്രയായപ്പോഴേയ്ക്കും ബോട്സ്വാനയിൽ നിന്നും ഭർത്താവ് വിളിച്ചു.

'സുമി, ഐ ഡോണ്ട് നോ വാട്ട് റ്റു ഡു. ജസ്റ്റ് റിലാക്സ്. അശ്വിൻ നമ്മുടെ മകനാണ്. നമ്മുടെ മാത്രം മകൻ.' അയാൾ കരയുകയാണോയെന്നു സുമിത്രയ്ക്ക് തോന്നി. അവൾ അലക്ഷ്യമായി മൂളിക്കൊണ്ടു ഫോൺ സ്പീക്കർ ഫോണിലേക്ക് മാറ്റി സശ്രദ്ധം, ചുളിവുകൾ തന്റെ പ്രൊഫഷണൽ ലുക്ക് നശിപ്പിക്കാത്ത വസ്ത്രം ധരിച്ചു.

പ്രിൻസിപ്പലിന്റെ മുന്നിൽ ഇരിക്കുമ്പോൾ ക്ലാസ് ടീച്ചറും കൗൺസിലറും വൈസ് പ്രിൻസിപ്പലും ഓഫീസിലുണ്ടായിരുന്നു. ആരുമൊന്നും മിണ്ടിയില്ല. മുറിക്കു പുറത്തായിരുന്നു അശ്വിൻ. ഫാദർ ഗബ്രിയേൽ പെരുംതോട്ടത്തിൽ മുരടനക്കി ക്കൊണ്ട് പറഞ്ഞു, മിസ്സിസ്സ് കിരൺ പോൾ, ഈ സ്കൂളിന്റെ റെപ്യൂട്ടേഷൻ ഒരു ദിവസം കൊണ്ട് ഉണ്ടായതല്ല, അതിനു വർഷങ്ങൾ വേണ്ടി വന്നു. ഇപ്പോൾ ഇവിടെ പഠിക്കുന്നൊരു കുട്ടിയുടെ ബാഗിനുള്ളിൽ നിന്നും ഒരു കത്തി ലഭിച്ചിരിക്കുന്നുവെന്നത് വലിയൊരു പ്രതിസന്ധിയാണ് ഞങ്ങൾക്ക് ഉണ്ടാക്കിയിരിക്കുന്നത്. മാഡം നിങ്ങൾ ശ്രദ്ധിക്കുന്നുണ്ടല്ലോ?

കൗൺസിലർ ജോയ് തോമസ് പറഞ്ഞു, 'മാം, അശ്വിന്റെ ബർത്ത്ഡേ ഇന്നാണെന്ന കാര്യം നിങ്ങൾ മറന്നിരിക്കുന്നു. തുടർച്ചയായി ചോദിച്ചപ്പോഴാണ് അവൻ പറഞ്ഞത്, ഈ ദിവസം തന്നെ കരുതിക്കൂട്ടിയാണ് തിരഞ്ഞെടുത്തതെന്ന്.'

എല്ലാവരും മുഖത്തോടു മുഖം നോക്കി. എന്ത് എന്ന ആശ്ചര്യത്തോടെ കണ്ണാടിക്കിടയിലൂടെ ഫാദർ പെരുംതോട്ടത്തിൽ ജോയ് തോമസിന്റെ മുഖത്തേക്ക് ആകാംക്ഷയോടെ നോക്കി, അവന്റെ ക്ലാസ് ടീച്ചറും. അവരുടെ പേര് സുമിത്ര ഒരിക്കലും ഓർമ്മിച്ചിരുന്നില്ല; വൈസ് പ്രിൻസിപ്പൽ, അവ രുടെ മുഖം സുമിത്രയ്ക്ക് തീരെ ഇഷ്ടപ്പെട്ടിരുന്നില്ല, ഹാഫ് ഡോറിനിടയിലൂടെ പുറത്തേക്ക് നോക്കി, അശ്വിൻ അവരുടെ സംഭാഷണം കേൾക്കുന്നുണ്ടോ എന്നു ആകുലപ്പെട്ടു.

'ഹീ ഈസ് റെഡി റ്റു കമ്മിറ്റ് എ ക്രൈം, മിസ്സിസ്സ് കിരൺ പോൾ. ദാറ്റ് മീൻസ്, നിങ്ങളുടെ മകൻ ഒരാളെ കൊല്ലാനായി ഇന്ന് തയ്യാ

റെടുത്തിരിക്കുകയായിരുന്നു. കൂടെയുണ്ടായിരുന്ന കുട്ടിയാണ് ബാഗിനുള്ളിൽ ഒളിപ്പിച്ചു വച്ചിരുന്ന കത്തി കണ്ടത്.'

സുമിത്ര പിന്നെയൊന്നും കേട്ടില്ല. ഫാദർ ഗബ്രിയേൽ പെരുംതോട്ടത്തിലിന്റെ മുഖത്തേക്ക് നോക്കിയപ്പോൾ മഹാപ്രളയത്തിൽ സ്വന്തം നാലു നിലക്കെട്ടിടം ഒലിച്ചു പോയവന്റെ മുഖം പോലെ സുമിത്രയ്ക്ക് തോന്നി. അതു ചുവന്നു തിണർത്തിരിക്കുന്നു. നല്ലൊരു സേഫ്റ്റി പിൻ വച്ച് അതിലൊരു കുത്ത് കൊടുത്താൽ ഇപ്പോഴവിടെ ചോര പൊടിയുമെന്നും അപ്പോൾ പിന്നെയും ഒരു കുത്തു കൊടുക്കണമെന്നും അവൾ വെറുതേ ഓർത്തു. വൈസ് പ്രിൻസിപ്പൽ ഒച്ചയുണ്ടാക്കി കസേര വലിച്ചിട്ടുകൊണ്ടു ചോദിച്ചു, 'നിങ്ങൾ എന്തു സമാധാനം പറയുന്നു മിസ്സിസ്സ് കിരൺപോൾ?'

സമാധാനം പോലും, സമാധാനം. 'എല്ലാവർക്കും സമാധാനം വേണം, ബോട്സ്വാനയിൽ നിന്നും കിരൺ പോളിനു സമാധാനം വേണം. എഡിറ്റർ ജാക്സൺ എബ്രഹാമിനു സമാധാനം വേണം. അശ്വിന്റെ പേഴ്സണൽ കൗൺസിലർ ജോയ് തോമസിനും, ഫാദർ ഗബ്രിയേൽ പെരുന്തോട്ടത്തിലിനും സമാധാനം വേണം. മനുഷ്യരേ, ഞാനൊരു സ്ത്രീയാണ്... എനിക്ക് വേണ്ടതും ഒരൽപ്പം സമാധാനമാണ്. എന്റെ മകനൊരാളെ കൊല്ലാൻ കത്തിയെടുത്ത് അവന്റെ പിറന്നാൾ ദിനത്തിൽ ഇറങ്ങിയിരിക്കുകയാണ്. അവന്റെ അമ്മ എന്ന നിലയിൽ ഞാനെങ്ങനെ സമാധാനിക്കും? അവൻ ആരെയാണ് കൊല്ലാൻ പോകുന്നത്. അവനത്രയ്ക്കു വളർന്നോ? അവന്റെ സ്വപ്നങ്ങളിൽ ആകാശഗംഗയും ബ്ലോക്ക്ഹോൾസും ഗ്രഹങ്ങളും നക്ഷത്രങ്ങളുമൊക്കെ മാത്രമേയുള്ളുവെന്നു കരുതിയ ഒരു സ്ത്രീക്കു സംഭവിച്ച വിഡ്ഢിത്തത്തിൽ അവൾ അൽപ്പം സമാധാനം ആഗ്രഹിച്ചാൽ അതു നീതികരിക്കേണ്ടതല്ലേ? എല്ലാ സ്ത്രീകളും സമാധാനം ചോദിച്ചു മേടിക്കുന്നവരാണ്, അവരത് അർഹിക്കുന്നതാണെങ്കിൽ കൂടി.

ഫാദർ, ഐ അപോളജൈസ്, ക്യാൻ ഐ ടേക്ക് മൈ സൺ?

ഇതിനിടെ രണ്ടു തവണ ജാക്സൺ എബ്രഹാമിന്റെ കോൾ അവൾ കട്ട് ചെയ്തിരുന്നു. ഇനി വിളിക്കുമ്പോൾ എന്തു പറയണമെന്ന് ആലോചിച്ചിരിക്കുമ്പോൾ ബോട്സ്വാനയിൽ നിന്നും ഭർത്താവിന്റെ സന്ദേശമെത്തി, 'ജസ്റ്റ് റിലാക്സ്, ബേബി, ഡോണ്ട് ബീ അപ്സെറ്റ്.'

ചിക്കൻ കോർണറിലെ എ.സിയുടെ തണുപ്പിൽ ചിക്കനു പുറത്തു വൃത്തിയായി അലങ്കരിച്ചിരുന്ന സവോള റിങ്ങുകൾ സൗരയു

ഥത്തിനു പുറത്തുള്ള മറ്റൊരു താരാപഥം പോലെ അശ്വിൻ ഒരുക്കി വെച്ചിരിക്കുന്നതു സുമിത്ര കണ്ടുപിടിച്ചു. അടുത്തിരുന്നു ചേർത്തു പിടിച്ച്, മേശപ്പുറത്തിരുന്ന ടിഷ്യു പേപ്പർ കൊണ്ട് കൈകൾ തുടച്ചു കൊടുത്തപ്പോൾ അവൻ ആശ്ചര്യത്തോടെ സുമിത്രയെ നോക്കി. ബോട്സ്വാനയിൽ നിന്നും വാട്സാപ്പ് വീഡിയോ കോൾ വന്നെങ്കിലും അവളതിൽ വലിയ താത്പര്യം കാണിച്ചില്ല. ബിൽ ഫോൾഡറിലേക്ക് ക്രെഡിറ്റ് കാർഡ് വച്ചിട്ട് ഒരു ബട്ടർ ചോക്ലേറ്റ് ബർത്ത്ഡേ കേക്കും, ഫാമിലി പാക്ക് ഐസ്ക്രീമും കൂടി നന്നായി പാക്ക് ചെയ്യണമെന്ന് വെയിറ്ററെ സുമിത്ര പ്രത്യേകം ഓർമ്മിപ്പിച്ചു. ഒപ്പം, കേക്കിന്റെ പുറത്ത് അശ്വിൻ ഞാൻ നിന്നെ മറ്റെന്തിനേക്കാളും സ്നേഹിക്കുന്നു എന്നുകൂടി എഴുതാനായി ഒരു ടിഷ്യുപേപ്പറിൽ അവളെഴുതി കൊടുത്തു.

വീണ്ടും വിളിച്ച ജാക്സൺ എബ്രഹാമിന്റെ കോൾ കട്ട് ചെയ്തതിനു മറുപടിയായി അയാളുടെ എസ്എംഎസ് സന്ദേശമെത്തി. 'നിങ്ങൾ ഒരു എഡിറ്ററുടെ ഫോൺ ആണ് ഒഴിവാക്കുന്നത്, അതും ഡാരൻ ബ്രൗണിന്റെ 'അബ്സല്യൂട്ട് മാജിക്' വിവർത്തനം ചെയ്യാൻ എഴുത്തുകാർ ക്യൂ നിൽക്കുമ്പോൾ.

സ്വയം വെറുപ്പും നാണക്കേടുമൊക്കെ തോന്നിയ ആ നിമിഷത്തിന്റെ തിരിച്ചറിവിൽ സുമിത്ര മൊബൈൽ സ്വിച്ച് ഓഫ് ചെയ്തു.

പോകുന്ന വഴി, ഹോക്കിങ്സിന്റെ ഏതു പുസ്തകമാണ് വാങ്ങേണ്ടതെന്ന് അശ്വിനോട് ആവർത്തിച്ചു ചോദിച്ചെങ്കിലും അവനൊന്നും മിണ്ടിയില്ല, എന്നിട്ടും സുമിത്ര അവനായി 'കോസ്മിക്ക് ട്രഷർ ഹണ്ട്' ഗിഫ്റ്റ് റാപ്പ് ചെയ്തു കൈയിൽ സൂക്ഷിച്ചു. വീട്ടിൽ ചെന്നു കയറിയ ഉടനെ അവന്റെ മുറിയിൽ അവനോടൊന്നിച്ച് ചേർന്നിരിക്കുമ്പോഴാണ്, അവന്റെ ഷർട്ടിന് വല്ലാത്തൊരു വിയർപ്പു ഗന്ധമുണ്ടെന്ന് സുമിത്രയ്ക്ക് തോന്നിയത്. ഉള്ളം കൈയെടുത്ത് കൈയ്ക്കുള്ളിൽ വച്ചപ്പോഴാണ് ക്രമമില്ലാതെ നഖങ്ങൾ മുറിച്ചിരിക്കുന്നതും അതിനുള്ളിൽ അഴുക്ക് കട്ട പിടിച്ചിരിക്കുന്നതും കണ്ടത്.

അവന്റെ ടൈയുടെ അഗ്രം ചെളി പുരണ്ട് ചുരുണ്ടിരിക്കുന്നു. ഇത്രയൊക്കെയായിട്ടും ഇതൊന്നും താൻ ശ്രദ്ധിച്ചില്ലല്ലോയെന്ന വ്യസനത്തോടെ സുമിത്ര അശ്വിനോട് ആർദ്രതയോടെ ചോദിച്ചു, 'ഫ്രം വേർ യു ഗോട്ട് ദാറ്റ് വെപ്പൺ?'

ഒരു നിമിഷം മുഖമുയർത്തി സങ്കോചമേതുമില്ലാതെ അവൻ

പറഞ്ഞു, 'അടുക്കളയിൽ നിന്ന്.'

എന്തിന് എന്ന ചോദ്യം വരും മുമ്പേ അവൻ തുടർന്നു, 'അമ്മേ, ഒർട്ട് മേഘത്തിൽ നിന്നും പുറപ്പെട്ട ഒരു ധൂമകേതു ഇന്ന് ഉച്ചയോടെ കൂപ്പർ ബെൽറ്റും സ്കാറ്റെർഡ് ഡിസ്കും മറികടന്നു സെഡ്നിയിലേക്കു കടക്കും. അതിനെ കൈയോടെ പിടിക്കാൻ പറ്റിയ സമയമായിരുന്നു ഇന്ന്. തലകീഴായി കുത്തിവയ്ക്കുന്ന കത്തിയുടെ മുനയിലേക്ക് സൂക്ഷിച്ചു നോക്കിയാൽ ധൂമകേതുവിന്റെ വാലിന്റെ നീളം അളക്കാൻ കഴിയും. ആ സമയത്താണ്, ജ്യോതിർമയി എന്റെ വെപ്പൺ കണ്ടതും കാറി കൂവിയതും. ഇന്നു രാത്രി സെഡ്നയുടെ വ്യോമണ്ഡലത്തിൽ ആ ധൂമകേതു ഇടിച്ചിറങ്ങും. പിന്നെ, അതിന്റെ പൊടിപോലും കിട്ടില്ല! മൈ ഫെയ്റ്റ്!'

○○

5

# പ്രളയപങ്കിലം

**കൈ**തക്കാട്ടിലൂടെ കൊതുമ്പുവള്ളം തുഴയുമ്പോൾ വിനോദിനി കൈതമുള്ളിനേക്കാളും പേടിച്ചത്, അതിൽചുറ്റിപ്പിടിച്ചിരിക്കുന്ന മലയിറങ്ങി വന്ന പാമ്പുകളെയായിരുന്നു. കൈതപ്പുഴ കായലിൽ നിന്നാണോ മുറിഞ്ഞപുഴയിൽ നിന്നാണോ പ്രളയം ചെമ്പിനെ മുക്കിയെടുത്തതെന്നു ചോദിച്ചാൽ അതിനെക്കുറിച്ചൊന്നും അവൾക്കറിയില്ല. വീടിന്റെ കഴുക്കോൽക്കെട്ട് ഇന്നലെ കാണാമായിരുന്നു. ആ തട്ടിൻപുറത്ത് ഇരുമ്പുപെട്ടി കയറ്റിവെക്കാൻ തോന്നിയത് വലിയ മണ്ടത്തരമായിയെന്നും വെള്ളം കയറിയാൽ അതൊക്കെയും നശിക്കുമെന്നും മാത്രം അവൾ വേവലാതിപ്പെട്ടു. ക്യാമ്പിലേക്ക് അതും വലിച്ചുകൊണ്ടു പോകുന്നതിന്റെ അനൗചിത്യമാണ് അവളെ വിലക്കിയത്.

അംബികേടത്തിയും അമ്മയും പറഞ്ഞതാണ്, നാട്ടുകാരെ നീ നോക്കണ്ട, അതു കൂടി എടുത്തോന്ന്. അതിലാണ് എസ്എസ്എൽസി ബുക്ക്. ബ്രോഡ്‌വേയിലെ തുണിക്കടയിൽ നിന്നും ഇറങ്ങിയപ്പോൾ അവിടെ കൊടുത്തിരുന്ന ബുക്കാണ്. ഇനി വേറെ ഏതു കടയിൽ ജോലിക്ക് കയറണമെങ്കിലും അതില്ലാതെ പറ്റില്ല. ശരിക്കും, എസ്എസ്എൽസി പരീക്ഷയൊക്കെ എഴുതിയിട്ട് നീ ഇപ്പം കളക്ടറാവാൻ പോകുന്നോ എന്നു തഴുത പായ് നെയ്യുന്നതിനിടെ അമ്മ ചോദിച്ചത് എത്ര നിരർത്ഥകമായിരുന്നുവെന്ന് മാസശമ്പളം കൈയിലോട്ടു കിട്ടുമ്പോഴാണ് അവൾക്കും മനസ്സിലായി തുടങ്ങിയത്.

മൊയ്തീൻകാക്കാ ആയിരുന്നപ്പോൾ കടയിൽ വലിയ പ്രശ്നമൊന്നുമുണ്ടായിരുന്നില്ല. മാസത്തിൽ മൂന്നോ, ചിലപ്പോൾ അതിലും താഴെയോ മാത്രം രണ്ടു ചുരിദാറും അടിവസ്ത്രങ്ങളും ആരും കാണാതെയെടുത്തു കൊണ്ടു വന്നാലും കുഴപ്പമൊന്നുമില്ലാ

യിരുന്നു. എന്നാൽ കാക്കായുടെ മരുമകൻ സെയ്ദ് വന്നതോടെയാണ് ആകെ മാറിയത്. കടയിലെ പെൺകുട്ടികളെ ഇരിക്കാൻ പോലും സമ്മതിക്കാതെ അയാൾ പണിയെടുപ്പിച്ചു നിർവൃതി കൊണ്ടു. ഒരു ദിവസം അയാളുടെ ഇടുങ്ങിയ ക്യാബിനിലേക്ക് വിളിച്ച്, കംപ്യൂട്ടർ ഓൺചെയ്തിട്ടു നോക്കാൻ പറഞ്ഞപ്പോഴാണ് വിനോദിനിക്ക് സെയ്ദിന്റെ തനിഗുണം മനസ്സിലായത്. അവൾ സൂക്ഷിച്ചു നോക്കവേ ഒരു പെൺകുട്ടിയുടെ അടിവയറിലേക്ക് സൂം ചെയ്തിരിക്കുന്ന കാഴ്ച മെല്ലെ ഫെയ്ഡ് ഔട്ടായി മാറുന്നു. സൂക്ഷ്മ ദൃഷ്ടിയിൽ ഈ ശരീരവഴക്കമുള്ളത് താനാണെല്ലോയെന്നും അവൾ നടുക്കത്തോടെ തിരിച്ചറിഞ്ഞു.

എയ്ഞ്ചൽ ഫോമിന്റെ പാഡുള്ളത് മൂന്നെണ്ണം 320 വച്ച് 960, പിന്നെ ടിൻ ബേഡിന്റെ വൈലറ്റ് കളർ ലെഗ്ഗിൻസ് 440 രൂപ, ആകെ മൊത്തം 1400 രൂപ. ശമ്പള അഡ്വാൻസ് 500. ബാക്കി 600-ൽ കാപ്പിയുടെ ഷെയർ 150 കഴിച്ച് 450 വരേണ്ടതിനു പകരം 500 അവൾക്കു നേരെ നീട്ടു കൊണ്ടു സെയ്ദ് സ്ത്രൈണ ശബ്ദത്തിൽ പറഞ്ഞു, അമ്പത് കൂടുതലുണ്ട്. കഴിഞ്ഞ മാസത്തെ ക്യാമറ കൂടി നോക്കാൻ പറഞ്ഞിട്ടുണ്ട്, നിൽക്കുന്നോ- അതോ ബുക്ക് വേണോ? വിനോദിനി കരച്ചിലിന്റെ വക്കോളമെത്തിയിരുന്നു. ബുക്ക് തന്നാൽ മതിയെന്നായിരുന്നു അവളുടെ അഭിപ്രായം. എസ്എസ്എൽസി ബുക്ക് ലോക്കറിൽ നിന്നെടുത്തു എഴുതി ഒപ്പിടീച്ച് കൈയിലോട്ട് കൊടുക്കുമ്പോൾ സെയ്ദ് ഉള്ളം കൈയിലൊരു തോണ്ടൽ. മൂർഖൻപാമ്പ് കൊത്തിയതു പോലെയാണ് അവൾക്കത് അനുഭവപ്പെട്ടത്. അവളുടെ ആ വിറയൽ കണ്ടപ്പോൾ, അയാളൊരു വഷളൻ ചിരി ചിരിച്ചു. വൈകുന്നേരം ബസിൽ മുറിഞ്ഞപുഴ പാലം കടന്ന് ഇറങ്ങാനായി ഡോറിലേക്ക് നൂണ്ടിറങ്ങുമ്പോൾ സകല പുരുഷന്മാരിലും ആ ചിരി ഇതിനു മുൻപ് അവൾ കണ്ടിട്ടുണ്ട്. പക്ഷേ, വിനോദിനി പിടിക്കപ്പെട്ടിരിക്കുന്നു. അതു കൊണ്ടു മാത്രം അവൾ അവനു മാപ്പു നൽകിയിരിക്കുന്നു. ഇല്ലെങ്കിൽ അതുവരെ കണ്ട സകലമാന പുരുഷന്മാരുടെയും വഷളത്തരത്തിന് അവളയാളുടെ ബാപ്പായ്ക്ക് നാലെണ്ണം പറഞ്ഞേനെ.

പോട്ടെടി പെണ്ണേ, ഒരു ജോലി പോയാ, വേറെ പത്തെണ്ണം കിട്ടും. നീയെടുത്തപ്പോ ആ കറുത്തതു നോക്കി നാലഞ്ചെണ്ണം കൂടിയെടുക്കാമായിരുന്നു- അമ്മയുടെ ആശ്വാസവും അവളുടെ വേവലാതി തണുപ്പിച്ചില്ല. ഏറെക്കാലമായി നോട്ടമിട്ടു വച്ചിരുന്ന 'വിസ്മയ'യുടെ ഒരു ചുരിദാർ, നല്ല റോസ് നിറത്തിൽ ഹാൻഡ് വർ

ക്കൊക്കെ ചെയ്തത്. ഇനിയേതു പെണ്ണിന് അണിയാനായിരിക്കും ഭാഗ്യമെന്നു മാത്രം അവളോർത്തു ശങ്കിച്ചു. ആ നിമിഷം മഴ തുടങ്ങി, ആലിപ്പഴം വീഴുന്നതു പോലെ ശബ്ദമുണ്ടാക്കി, എല്ലാ മോഹങ്ങളെയും നനയിച്ചു കൊണ്ടായിരുന്നു മഴ.

വള്ളം എടുത്തപ്പോൾ മുതൽ ആ എസ്എസ്എൽസി ബുക്ക് നനയാതെ അവിടെത്തന്നെ ഇരിക്കണേ കൂട്ടുമ്മേൽ ഭഗവതി എന്നു പ്രാർത്ഥിക്കുന്നതാണ്. തുഴഞ്ഞിട്ടെങ്ങും വള്ളം എവിടേക്കും നീങ്ങുന്നില്ലെന്ന് അവൾക്ക് അനുഭവപ്പെട്ടു. അടിയൊഴുക്കുണ്ടാവാം. കിഴക്കാംതോട്ടിലൂടെയുള്ള ഈ വരവ് വേണ്ടിയിരുന്നില്ല. പെട്ടെന്ന് എത്താമെന്നു വിചാരിച്ചതാണ്. പോന്നെങ്കിൽ പോട്ടെടി പെണ്ണേ, ജീവനോളം വലുതല്ലല്ലോ നിന്റെ ബുക്കും പൊസ്തകോമൊന്നും, എന്ന അമ്മയുടെ പിൻവിളി മാനത്തിനു വിലയിട്ടതു പോലെയാണു വിനോദിനിക്കു തോന്നിയത്. അതുകൊണ്ടുകൂടിയാണ് കൊതുമ്പു വള്ളം തുഴഞ്ഞിറങ്ങിയത്. തിരിച്ചുചെല്ലുമ്പോൾ, ഇതാണമ്മേ എന്റെ എസ്എസ്എൽസി ബുക്ക് എന്ന് അഭിമാനത്തോടെ ഉയർത്തി കാണിക്കണം. അതുവച്ചു ജോലി മേടിച്ചിട്ട് ആ റോസ് ചുരിദാർ മേടിക്കണം. കാശ് സെയ്ദിന്റെ കൈയിലേ കൊടുക്കൂ, അയാളുടെ ആ ചിരിക്ക് അന്നൊരു മറുപടി പറയണം..

മാനത്ത് മഴ കോളെടുക്കുന്നുണ്ട്. ചുറ്റും വെള്ളം. ആരെയും എവിടെയും കാണാനില്ല. വിനോദിനി ദൂരെ നിന്നേ കണ്ടു, അവളുടെ വീടിന്റെ കമിഴ്ത്തോട് മാത്രം വെള്ളത്തിൽ പൊന്തി നിൽക്കുന്നു. എല്ലാം നശിച്ചെന്നു തിരിച്ചറിഞ്ഞ മാത്രയിൽ അവൾ കൈയിലിരുന്ന തുഴ കൊണ്ടു വെള്ളത്തിൽ ആഞ്ഞടിച്ചു. നിശബ്ദമായി കിടന്ന ജലത്തിൽ വലിയൊരു ശബ്ദം പ്രതിധ്വനിച്ച് ആ നിലവിളി കൈതപ്പുഴ കായലിൽ പോയി അലിഞ്ഞു കാണണം. വള്ളം വെട്ടിയുലഞ്ഞപ്പോഴാണ് ചെയ്ത മണ്ടത്തരത്തെക്കുറിച്ച് ഓർത്തത്. ഇവിടെയെങ്ങും നില പോലും കാണില്ല, പോരാത്തതിനു മലവെള്ളത്തിന്റെ കുത്തൊഴുക്കും തണുപ്പും. ക്യാമ്പിൽ നിന്ന് ആരെയെങ്കിലും കൂട്ടാമായിരുന്നുവെന്നു വിചാരിച്ചൽ രണ്ടു പേർക്ക് വള്ളത്തിൽ ഇരിക്കാനും കഴിയില്ലല്ലോ.

വിനോദിനി ഇടത്തോട്ട് തുഴയിട്ട് വള്ളം തിരിച്ചു. ആശിച്ചു മോഹിച്ച് സ്വന്തമാക്കിയ തുണിയെല്ലാം ചെളിവെള്ളത്തിൽ മുങ്ങിക്കിടക്കുന്നു. അല്ലെങ്കിലും ഇത്രയൊക്കെയേ ഉള്ളൂ. എന്തൊക്കെ മേടിച്ചു പൊന്നു പോലെ സൂക്ഷിച്ചാലും ഇടാൻ യോഗമില്ലെങ്കിൽ പറഞ്ഞിട്ടു കാര്യമില്ലല്ലോ? കൊതി തീരെയൊന്ന് ഒരു തവണയെങ്കി

ലുമിട്ടിട്ട് ജുമാ മസ്ജിദിന്റെ ബസ് സ്റ്റോപ്പിലൊന്നു നിൽക്കണം. അത്രയേ വേണ്ടൂ. ഇനി എന്തോന്ന് ഇട്ടോണ്ടു എറണാകുളത്തിനു പോകും. ഇട്ടിരിക്കുന്നതു മാത്രം ഉണ്ട്. രണ്ടു ദിവസമായി മാറ്റിയിട്ടിട്ട്, നാറുന്നുണ്ടോ? അവൾ മൂക്കു വിടർത്തി ഒന്നു ശ്വസിച്ചപ്പോൾ മലവെള്ളത്തിന്റെ ചെളിഗന്ധമാണ് മൂക്കിലേക്ക് അടിച്ചു കയറിയത്. പാമ്പുകളുടെ പ്രിയപ്പെട്ട ഗന്ധം. തണുത്ത കാറ്റ് അവളെപൊതിഞ്ഞു പിടിച്ചു.

വിനോദിനി ധൈര്യം സംഭരിച്ചു ചുറ്റും നോക്കി. വല്ല പാമ്പും കയറി വള്ളത്തിൽ ചുറ്റിപിടിച്ചിരിപ്പുണ്ടോ? മഴ പെയ്യുമെന്നു തോന്നിച്ചു. അന്തരീക്ഷം ഇരുണ്ടു വരുന്നു. വേഗത്തിൽ വള്ളം തുഴയവേ കിഴക്കേലെ നാണുവേട്ടന്റെ വീടിനോടു ചേർന്നുള്ള, ജാബറിക്കയുടെ വീട്ടിൽ നിന്നൊരു നീണ്ട കൂവൽ. അതാരെടാ? എന്ന് അന്തിക്കുമ്പോൾ കണ്ടു- പഹയൻ, സാദിഖ്. പ്ലസ് ടുവിനു പഠിക്കുന്ന ചെക്കനാണ്. ഇവനെന്താണ് വെള്ളം ചൂഴ്ന്നു നിൽക്കുന്ന വീടിന്റെ ടെറസിലിരുന്നു കാണിക്കുന്നത്. പത്താം ക്ലാസിൽ വച്ച് ഇംഗ്ലീഷിനു ട്യൂഷൻ എടുക്കാമോയെന്ന് ചോദിച്ചു അവന്റെ ഉമ്മ വന്നതും അമ്മ അതു സമ്മതിച്ചതും അവന്റെ പുസ്തകം കണ്ടപ്പോൾ തനിക്ക് അക്ഷരം കൂട്ടിവായിക്കാൻ പോലും കഴിയുന്നില്ലല്ലോയെന്നോർത്തു ലജ്ജാവിവശയായതും ഒരു നിമിഷം വിനോദിനിയുടെ ഉള്ളിലൂടെ കടന്നു പോയി.

സാദിഖ് അവളെ കണ്ടു. അവൾ അവിടേക്ക് വള്ളം തിരിച്ചു.

ഏച്ചീ എന്നെ കൂടെ കൊണ്ടു പോകണേ എന്നൊരു വേവലാതിപ്പെട്ട വിളിയിൽ വിനോദിനി വള്ളം അവന്റെ നേരെ അടുപ്പിച്ചിട്ട് ചോദിച്ചു, ന്താടാ, ല്ലാരും ക്യാമ്പിൽ പോയപ്പോ നീ മാത്രം ഈ വെള്ളക്കെട്ടില്. ടെറസിന്റെ ബർത്തിലേക്ക് വള്ളം അടുപ്പിച്ചു തുഴ നീട്ടിയപ്പോൾ അവൻ വള്ളത്തിലേക്കു വെപ്രാളപ്പെട്ടു ചാടി കയറുമോയെന്ന് അവൾ ഭയന്നു. ചാർജർ എടുക്കാൻ വന്നതാ ചേച്ചീ, അന്തോണിച്ചേട്ടന്റെ വള്ളത്തിലായിരുന്നു. ഞാനിങ്ങോട്ട് കേറിയപ്പോ, ഇപ്പം വരാന്നും പറഞ്ഞ് പുള്ളി പോയതാ, മണിക്കൂറു എത്രയായീന്നോ. ഞാനങ് പേടിച്ചും പോയി. കൂവി കൂവി തൊണ്ട വറ്റി. ഇവിടെ മുഴുവൻ പാമ്പും തേളുമാ, വേഗമാകട്ടെ മഴ വരുന്നു!

പറഞ്ഞു തീരും മുന്നേ, സ്വിച്ചിട്ടതു പോലെ മഴ ഇടിച്ചുകുത്തി പെയ്തു. വിനോദിനിക്ക് എന്തു ചെയ്യണമെന്നു ഊഹിക്കാനായില്ല. ഈ മഴയത്ത് തനിയെ പോയാലും പെയ്തു വെള്ളം വള്ളത്തിൽ നിറയും. ഇവനെ എന്തു ചെയ്യും? മഴ പെയ്തതോടെ, നനയാതെ

ഓടിൻ പാത്തിയിലേക്ക് അവൻ മാറി നിൽക്കുന്നതു കണ്ടു. മഴത്തുള്ളികൾ ദേഹത്തേക്ക് വീണിട്ടു വേദനിക്കുന്നു. വള്ളത്തിലുണ്ടായിരുന്ന ഉടക്കു കമ്പി അവൾ ടെറസിന്റെ വിടവിലൂടെ കയറ്റി വള്ളം ഒഴുകി പോകില്ലെന്ന് ഉറപ്പിച്ച് ഒരു വിധത്തിൽ ടെറസിലേക്ക് കയറാൻ യത്നിച്ചു. കാലുയർത്തി നിൽക്കാൻ ശ്രമിച്ചപ്പോൾ വള്ളം ഉലഞ്ഞു. പിടിച്ചു കയറാൻ മഴയത്തേക്ക് ഇറങ്ങി അവനും സഹായിച്ചു. ടെറസിന്റെ പടി ചവിട്ടികയറുമ്പോൾ കാലൊന്നു തെന്നി. മുക്കു കുത്തി തറയിൽ വീണെന്നും മുഖമടിച്ചെന്നും തോന്നിച്ച നിമിഷത്തിൽ അവൻ പിടിച്ചില്ലായിരുന്നെങ്കിൽ ആ സിമന്റ് ടെറസിലേക്ക് കമിഴ്ന്നടിച്ചു വീണേനെ. മഴയ്ക്ക് ശക്തി കൂടി. നനയാതെ നിൽക്കാൻ ഒരിടമില്ല. ഉടുപ്പൊക്കെയും നനഞ്ഞിരിക്കുന്നു. വീഴാതെ അവൻ അവളെ ചേർത്തു തന്നെ പിടിച്ചു. ആ പിടുത്തത്തിനു ബലം കൂടുന്നുവെന്നു കണ്ടപ്പോൾ അവൾ ബലമായി വിടുവിക്കാൻ ശ്രമിച്ചെങ്കിലും അവൻ വിട്ടില്ല. അവൻ എന്തിനുള്ള പുറപ്പാടാണെന്നു തിരിച്ചറിഞ്ഞ മാത്രയിൽ വിനോദിനി സ്വരം കടുപ്പിച്ചു പറഞ്ഞു, വിടെടാ പട്ടീ. കത്തിക്കയറുന്ന മഴയുടെ ശബ്ദത്തിനു മുന്നിൽ അവളുടെ തീക്ഷ്ണസ്വരത്തിനു ബലം തീരെ പോരായിരുന്നു. പക്ഷേ, മുഖമടിച്ചൊരടി അതിനുള്ള മറുപടിയായി അവൾക്കു കിട്ടി. വിനോദിനിയുടെ കണ്ണിൽ നിന്നും പൊന്നീച്ച പറന്നു.

മഴവെള്ളം ഒഴുകിപരക്കുന്ന ടെറസിലേക്ക് സകല എതിർപ്പുകളെയും അവഗണിച്ചു ബലമായി കിടത്തുമ്പോൾ വിനോദിനി അറിഞ്ഞു, തനിക്കു ശക്തി നഷ്ടപ്പെട്ടിരിക്കുന്നു. കാലുകൾ പൊന്തുന്നില്ല, അലറി വിളിക്കാൻ നാക്കു ചലിക്കുന്നില്ല. മുടിയിഴകൾ തലമുടിയിൽ നിന്നും പിഴുതെടുക്കുന്ന വേദന. കാലുകൾ ചവിട്ടി ഒടിയുന്ന വന്യത. വല്ലാത്തൊരു പിടച്ചിലോടെ അവനെ രൂക്ഷമായി നോക്കിയ മാത്രയിൽ വലിയൊരു മഴത്തുള്ളി നില തെറ്റി തെറിച്ച് അവളുടെ തുറന്ന കണ്ണിലേക്ക് വീണു. ഈർഷ്യയോടെ അവൾ കണ്ണുകൾ ഇറുക്കിയടച്ചു.

ടെറസിന്റെ ഒരു കോണിലേക്ക് ഏന്തിനിരങ്ങി ചുരിദാർകെട്ടുകൾ വലിച്ചു മുറുക്കുമ്പോൾ ഇരുട്ടു പരന്നു തുടങ്ങിയിരുന്നു. സാദിഖ് വള്ളത്തിലെ വെള്ളം വേഗത്തിൽ തേകി കളയുന്നതു വിനോദിനി കണ്ടു. അവൾ എണ്ണീറ്റു നിൽക്കാൻ ഒരു ശ്രമം നടത്തി. പറ്റുന്നില്ല. എവിടെയൊക്കെയോ വേദനകൾ. തന്നെ കൂടെ കൊണ്ടു പോകണമെന്നും ഈ ഇരുട്ടിൽ ഇഴജന്തുകൾക്കു നടുവിൽ തള്ളി

കൊല്ലരുതേ എന്നും യാചിക്കുന്നതു പോലെ അവൾ ദയനീയ മായിയൊന്നു മുരണ്ടു. ശബ്ദം മാത്രം പുറത്തേക്ക് വന്നില്ല. കണ്ണുകൾ ഇറുക്കിയടച്ചു തുറന്ന മാത്രയിൽ ഒരു നിഴലു പോലെ അവൾ കണ്ടു, കൊതുമ്പു വള്ളം കണ്ണിൽ നിന്നും മറയുന്നു. ചുറ്റുമുള്ള ചീവിടുകളും തവളകളും കരഞ്ഞു കൊണ്ടു അവൾക്കൊരു വലയം തീർത്തു.

മഴത്തുള്ളികൾ മൃദുവായി വീഴവേ മലവെള്ളം ഒഴുക്കി കൊണ്ടു വന്ന മലമ്പാമ്പുകളിലൊന്ന് അവളെ ലക്ഷ്യം വച്ച് ടെറസിലേക്ക് നീന്തി കൊണ്ടിരുന്നു.

൦൦

6

# പാർവ്വതീചരിതം

**എ**ങ്ങനാ പാറുവമ്മേ, നിങ്ങളിങ്ങനെ വിധവയായത് എന്നു ചോദിച്ചാൽ കാണാതെ പഠിച്ചെടുത്തതു പോലന്ന്യേ ചടപടാന്ന് ഉത്തരം. അതു വിധിയാണ് കുട്ട്യേ, വിധി! പയ്യിന് തീറ്റവെട്ടാൻ കാത്തു വച്ച വെട്ടരുവയുടെ വാത്തല കൊണ്ട് ആണൊരുത്തനെ വെട്ടിക്കൊന്ന കഥയൊക്കെ പാറുവമ്മ പൂഴ്ത്തി വച്ചു. പാറുവമ്മ തീയത്തിയാണ്, വെറും തീയത്തിയല്ല. നല്ല കമ്യൂണിസ്റ്റുകാരിയായ തീയത്തി. അതു പറയുമ്പോൾ ബ്രിട്ടീഷുകാർ ഇന്ത്യ വിട്ടു പോയപ്പോൾ പാലക്കാട്ടെ തീയ്യന്മാർ ചാടിത്തുള്ളിയ ആഹ്ലാദം ആ മുഖത്തു കാണാം. കമ്യൂണിസ്റ്റുകാരിയായ പാറുവമ്മ. അവരുടെ മുഖത്തു നോക്കിയാലൊന്നും അങ്ങനെയൊരു കഥ വായിച്ചെടുക്കാൻ പറ്റുന്നില്ല. എന്നിട്ടും പാറുവമ്മയുടെ ജീവിതകഥയിൽ കൊലപാതകം കയറി വന്നു. അതവർ ചെയ്തതു തന്ന്യെന്ന് ഇപ്പം ആണയിട്ട് പറയാൻ അവർക്കൊരു പേടിയൂല്യ. ഇനിയീ പ്രായത്തിൽ പോലീസിന് തന്നെയൊന്നും ചെയ്യാൻ പറ്റുല്ലാന്നും താനൊരു കറകളഞ്ഞ കമ്യൂണിസ്റ്റുകാരിയാണെന്നും പാറുവമ്മയ്ക്ക് നന്നായി അറിയാം.

പാറുവമ്മേ, ഇങ്ങൾ പുളുവടിക്കുകയാണ്. എന്നിട്ട് എന്തേ, ഇങ്ങളെ പോലീസ് പിടിക്കാഞ്ഞൂ. ഇങ്ങടെ കെട്ടിയോൻ ദീനം വന്നു ചത്തു പോയതാണ്. ഇങ്ങള് വെറുതെ ആവശ്യമില്ലാത്തതൊന്നും മിണ്ടാൻ നിക്കണ്ട.

ഇന്നെക്കുറിച്ച് ഇങ്ങൾക്ക് എന്തറിയാന്റെ കുട്ട്യേ. ഞാൻ അക്കാലത്തൊക്കെ സുന്ദരിയായിരുന്നു. സുന്ദരീന്നുവെച്ചാ സാവിത്രായക്കാനെ പോലെ സുന്ദരി?

ഏതു സാവിത്രിയക്ക?

ഓ, ഇങ്ങക്ക് സിനിമ വല്യേ പിടിയില്ല്യാല്ലേ? കല്യാണം

പണ്ണി പാര് എന്ന പടം കണ്ടിട്ടുണ്ടോ? അതിലെ സാവിത്രിയക്കാ മാതിരി. മുടിയൊക്കെ ഇങ്ങനെ എണ്ണമെഴുക്കിൽ നൂർത്തെടുത്ത് ചെറ്യ നന്ത്യാർവട്ടമൊക്കെ വച്ചു കഴിഞ്ഞാ അഴകിയ സുന്ദരി മാതിരിയിരിക്കും. ഇന്റെ വീട് അങ്ങ് കൊഴിഞ്ഞാമ്പാറയാണ്. അവിടെ പാലമരക്കാടാണ്. അതിലെ പാലപ്പൂവിന്റെ മണമാരുന്നു എനിക്കെന്നാണ് കന്നി കെട്ടിയോൻ പറഞ്ഞാർന്നത്.

ആദ്യത്തെ കെട്ടിയോനോ?

ഉം, ഞാനേ നാലേ കെട്ടിയത്. അതിൽ മൂന്നാമത്തേതിനിയാ ഞാൻ കൊലപണ്ണിയത്. ആദ്യത്തെ ഗോവിന്ദചാമി. കോയമ്പത്തൂരിൽ നിന്നും മരപ്പണിക്ക് വന്നതാ. മലമ്പനി പിടിച്ചു ചത്തു പോയി. അതിൽ കുട്ടികളില്ല. രണ്ടാമത് വന്തത് വേലവൻ. അതിലാ പിള്ളേര് ചറപറാന്ന് മൂന്നെണ്ണം. മൂന്നെണ്ണത്തിനു മൂപ്പെത്തും മുന്നേ അയാളും ചത്തു. കൊന്നതാ!

ആര്?

അയാക്കടെ കൂട്ടുകാരൻ, പെരിയ റൗഡി! സെന്തിൽ

എന്തിന്?

അയാക്ക് എന്നെ ഉന്നമുണ്ടാരുന്നു. എടക്കെടെ കൂടെ കിടക്കാൻ വരും. എനിക്ക് അയാടെ മൊശട് വാട തീരെ ഇഷ്ടല്ലാർന്നേ. അതുങ്ങള് കവുങ്ങ് കേറണ പണിയാണ്. അടയ്ക്ക്യേനെ പെറുക്കാൻ പോകുമ്പോ മൂത്രിക്കാൻ കാട്ടീകേറിയതാണെന്റെ കുട്ട്യേ, അവിടെ വച്ച് ഇന്നെ കേറിപിടിച്ച്. അതു കവുങ്ങിനു മുകളിലിരുന്നു വേലവണ്ണൻ കണ്ടു. അവര് അടികൂടി, അങ്ങനെ വേലവണ്ണൻ ചത്തു തൊലഞ്ഞു. സെന്തിലണ്ണൻ പിന്നെ ഇന്റെ കുടീന്ന് മാറീല്ല്യ. സരിക്കും ആയാളൊരു ആൺ കുട്ടി തന്നെയ്യാർന്നു. പക്ഷേ, ഉശിരത്തം കൂടിയാലും കൊണം പിടിക്കില്ലല്ലോ. അയാടെ റാക്ക് കുടിയാണ് ഇന്റെ ജീവിതം മക്കാറാക്കിയത്. ഇന്റെ മോളില്ലേ, രണ്ടാമത്തെവൾ മല്ലി. അവൾടെ വയറ്റിലൊണ്ടാക്കീട്ട് ഇന്നെ പിടിക്കാൻ വരും. അതെനക്ക് സഹിക്കാൻ പറ്റൂല്ലെന്റെ കുട്ട്യേ. പയ്യിന് തീറ്റവെട്ടാൻ പാണ്ടിയണ്ണാച്ചീടെ കയ്യീന്ന് നല്ല വെട്ടരുവ മേടിക്കുമ്പോ ഇനിക്ക് അങ്ങനൊരു പദ്ധതി കൂട്യ്യാണ്ടാർന്നു.

ഇങ്ങൾക്ക് പേടിയില്ലാർന്നോ പാറുവമ്മേ?

വെട്ടരുവ കാണുമ്പോൾ പേടിച്ച് ഈയലു പോലെയാണ് അന്നൊക്കെ നമ്മള് വിറച്ചിരുന്നത്. അന്ന് പാലക്കാട് ദണ്ഡ
പാണി കൊട്ടകയിൽ പടം കാണിക്കാനാണ് സെന്തിലണ്ണൻ ഇന്നേം കുട്ട്യേനെം കൊണ്ടോയത്. ഇളയ പൊണ്ണ് അല്ലിക്ക് നിറച്ച് മൊട്ടാ

യീം പൊട്ടും വളേം. ഇനക്ക് അഞ്ചനോം, നേര്യേതും. വിജയാമ്മ യുടെ കർപഗം പടം. ജമിനി സാർ നടിക്കുന്ന നല്ല സൊയമ്പൻ പ ടം.

പടം പകുതിയായപ്പോ അല്ലിയെയും കൂട്ടി അണ്ണൻ കൊറിക്കാൻ മേടിക്കാൻ പുറത്തു പോയി. നേരം കഴിഞ്ഞ് ഓള് അടുത്തുവന്നിരു ന്നപ്പോ അവക്ക് സെന്തിലിന്റെ അതേ മൊശടു മണം. പക്കത്ത് വീ ട്ട് പരുവമച്ചാൻ പാട്ട് കേട്ട് ഇരിക്കുവാർന്നു ഞാൻ. കുത്തിക്കുത്തി ചോദിച്ചപ്പോ അല്ലി പറഞ്ഞു, അവളെ കൂട്ടിക്കൊടുത്തിയാ പന്നീ ടെ മോൻ റാക്ക് മേടിച്ചതെന്ന്. അന്നു രാത്രി തന്തയില്ലാണ്ട് പെ റ്റോൻ ഇന്റെ കൂടെക്കിടക്കാൻ വന്നപ്പാടെ ഞാൻ വെട്ടി.

എത്ര തവണ വെട്ടി?

എണ്ണാനൊന്നും അറിയില്ല സാറേ. എണ്ണിക്കൊണ്ട് വെട്ടാൻ പ റ്റോ? ചാവണവരേക്കും വെട്ടി. ചത്തൂന്ന് കഴിഞ്ഞിട്ടും വെട്ടി. ജീവി തത്തിൽ ഒരിക്കലും വാക്കത്തി കൊണ്ട് വെട്ടാൻ പറ്റാർന്ന അത്ര യും വെട്ടി. വെറവല് കഴിയും വരേം വെട്ടി തുണ്ടമാക്കി.

പിന്നെ?

ഊരിലുള്ളവർ പറഞ്ഞു കൊഴിഞ്ഞമ്പാറയ്ക്ക് വിട്ടോളീന്ന്. ര ണ്ടു വർഷം അവിടെ കഴിഞ്ഞു. അവിടെ വച്ചാണ് നാണുവപ്പൻ കൂ ടെകൂടീത്. അപ്പനോളം പ്രായൊണ്ടാർന്നു. പക്ഷേ, ഒരു പെണ്ണാകു മ്പം ആൺതൊണ വേണംന്ന് നിരീച്ച്. അങ്ങനെ കൂടെകൂട്ടീതാണ്. പക്ഷേങ്കീ, കാര്യൊണ്ടാർന്നില്ല കുട്ട്യേ. ആസ്മ തന്നെയാർന്നു. അ ടുത്തു കെടന്നു വലിക്കണെ വലി കേട്ടാ കാട്ടുപന്നി കൂർക്കിക്കുന്ന തു പോല്യാർന്നു.

അയാൾ എത്രകാലം കൂടെയൊണ്ടാർന്നു?

കഷ്ടീ രണ്ടേ രണ്ടു കൊല്ലം. പിന്നെ, ചത്ത് തന്ന്യേ പോയി. പി ന്നെ സ്ഥിരാർന്നു ആരംല്യാ. ആയിടക്കാണ് കമ്യൂണിസ്റ്റായത്. ക ത്ത്ണ കമ്യൂണിസ്റ്റ്. ആരേം പേടില്യാത്ത കമ്യൂണിസ്റ്റ്, ആരും ചോ ദിക്കാനും പറയാനുമില്ലാർന്നൊരു പൊണ്ണൊരുത്തി കമ്യൂണിസ്റ്റ്.

അതെങ്ങനെ?

നാണുവപ്പൻ ചത്തതോടെ പറമ്പിപ്പണിക്ക് ഇറങ്ങി. തോട്ടത്തീ പണിക്ക് ആളെ വേണംന്ന് പറഞ്ഞപ്പോ, അവർടെ കൂട്യേ തന്ന്യേ പോയി. അങ്ങനെ തന്നെ കമ്യൂണിസ്റ്റായി. കൊടി പിടിച്ചില്ലാട്ട്വോ. ഗ്യോബ്യാക്ക് എന്ന് വിളിച്ചിട്ടുണ്ട്. വേറെയൊന്നും അറിയില്ല. കൂ ലി കൂട്ടംണംന്ന് കൂടെയുള്ളോര് പറഞ്ഞപ്പോ അവർക്കൊപ്പം അ ക്കാര്യം ചോദിക്കാൻ കമ്പനീ മാനേജർക്കടുത്തു പോയി. അയാൾ

പറഞ്ഞു കൂടെ കെടക്കുന്നവർക്ക് കൂലി കൂട്ടിത്തരാംന്ന്. ആ മാനേജർ ചെറ്ക്കന് എന്റെ മൂത്ത കുട്ട്യേന്റെയത്രേം പ്രായമായീട്ടില്ല. എല്ലാർടെം മുന്നീ വച്ച് എല്ലാ പെണ്ണുങ്ങളോടും ഓനങ്ങനെ പറഞ്ഞപ്പോ എല്ലാർക്കും നാണാംയി. പക്ഷേങ്കീ, എന്റെ കുട്ട്യേ കൂലി കൂട്ടി ചോദിച്ച്യാ അങ്ങനെയാ പറയ്ക. അതൊക്കെ ആണീന്റേം പെണ്ണീന്റേം ഇഷ്ടംല്ല്യേ?. ഞാൻ പറഞ്ഞു, ഇനിക്ക് കൂലി കൂട്ടി വേണ്ടാംന്ന്. അപ്പോ അവൻ പറയ്കയാണ്, ഇങ്ങൾ കമ്മ്യൂണിസ്റ്റാന്ന്.

ഇങ്ങൾ ശരിക്കും കമ്യൂണിസ്റ്റാണോ?

ശരിക്കും കമ്യൂണിസ്റ്റാണോന്ന് ചോദിച്ചാ, ഇനിക്ക് അറിയില്ലേ പക്ഷേങ്കീ അന്ന് ഞാൻ കണ്ണാടി പോയി നോക്കി. കൊല്ലം കൊറേ ആയില്ലേ അഞ്ജ്ജനം എഴുതീട്ട്. കരിപൊരട്ടി കണ്ണില് തേച്ചെഴുതി. പിറ്റേന്ന്, മാനേജർ ചെക്കന്റെയടുത്ത് ചെന്നു ഞാൻ പറഞ്ഞ്, ഞാനൊരു കമ്യൂണിസ്റ്റാന്ന്.

അപ്പോ അവൻ പറഞ്ഞു, നിങ്ങൾക്ക് ഇവ്ട് വേലയില്ലാന്ന്. ഞാൻ വേറൈവിടെ വേലയ്ക്ക് പോകാനാണ്? ഞാൻ പറഞ്ഞു, സായ്പിന്റെ കൂട്ടിക്കൊടുക്ക്ണ പണി അമ്മേനം പ്രായ്മുള്ള ഇന്റേട്ത്ത് എടുക്കരുത്. ഞാൻ കമ്യൂണിസ്റ്റാന്ന്. അവൻ കൂത്തിച്ചീന്ന് വിളിച്ച് ചാടിയെണ്ണീറ്റ് ഇന്റെ കരണക്കുറ്റിക്ക് ഒറ്റയടിയാണേ. ഹോ, കണ്ണീന്ന് പൊന്നീച്ച പറക്കണ പോലൊരു നീറ്റൽ. ഞാൻ നിലത്തേ വീണു പോയി. ചാടിയെണ്ണീറ്റപ്പോ കയ്യീലേ കേറിയത് വെള്ളം വാരണ തൊട്ട്യാണ്. അത് ഊക്കനെ എടുത്ത് അവന്റെ പിണ്ഡം നോക്കി ഞാനടിച്ചു. എത്രയടിച്ചൂന്ന് അറിയില്ല. ഓൻ ഓടീന്നാ കൂടെ ഉണ്ടാർന്ന പണിക്കാരികൾ പറഞ്ഞത്. അങ്ങനെ ഞാൻ കമ്യൂണിസ്റ്റായി.

പോലീസ് പിടിച്ചത് അങ്ങനെയാണോ?

നിക്കർ പോലീസ് പിടിച്ചോണ്ടു പോയി കണ്ണീ മുളകെഴുതിയിട്ടുണ്ട്. മൊലേല് മെഴുകുതിരീം ഉരുക്കീട്ടുണ്ട്. അത് കമ്പനീടെ കാപ്പിക്കുരു വിറ്റ് കായ് മേടിച്ചൂന്നും പറഞ്ഞ്. ശരിക്കും അതൊക്കെ നുണയാർന്നു. അതൊന്നും കമ്യണിസ്റ്റുകൾ ചെയ്യില്ല. നിക്കർ പോലീസ് കേസാക്കും പാലക്കാട് ജയിലിലാക്കുംന്നൊക്കെ പറഞ്ഞു. അവിടെ ഒരു എസ്ഐ ഇണ്ടാർന്നു. അയാളെ ഇന്നെ രാത്രി ക്വാർട്ടേഴ്സിൽ കൊണ്ടു പോയി. പക്ഷേങ്കീ മേലഴുക്കായി അവിടെ വെച്ച്. അങ്ങനെ എന്നോടു പൊക്കോളാൻ പറഞ്ഞു. അവിടെങ്ങും കണ്ട് പോകർതെന്നും പറഞ്ഞ്. വിശക്കൂന്ന് പറഞ്ഞപ്പോ കാലണ കൈയിലേക്ക് എറിഞ്ഞു തന്നു. അതൊക്കേയ് ഒരു കാലം.

പത്രക്കാർ ഇനീ വരും, ഇതൊന്നും അവർക്കെടേല് വെളമ്പാൻ നിക്കണ്ട

എന്തേ, എനിക്കൊന്നും ഒളിക്കാനില്ല. വാതത്തിന്റെ ഇത്തിരി സൂക്കേട് ഉണ്ടേ കുട്ട്യേ. മരുന്നു മേടിക്കാൻ ആര് നൂറ് കായ് തന്നാലും ഞാൻ പറയും. ഇനീ പ്രായത്തീ എന്തോന്ന് കേസ്, എന്തോന്ന് ജയില്. അല്ലേ, ഇങ്ങള് പത്രത്തീന്നാ. ഇന്റെ ഫോട്ടോയും വരുവോ പത്രത്തീ?

പാറുവമ്മക്ക് നാരീശക്തി പുരസ്ക്കാരം കിട്ടാൻ സാധ്യതയുണ്ടെന്നു കാണിച്ച് മലബാർ ഓഫീസിൽ നിന്നും വിളിച്ചു പറഞ്ഞിട്ട് ഫീച്ചറെഴുതാൻ വന്നതാണ് ചിറ്റൂർക്ക്. പേഴ്സിൽ വഴിച്ചെലവിന് മാറ്റിവച്ചിട്ട് ബാക്കി കാശ് എടുത്ത് അവർക്ക് നീട്ടി. പൈസ മേടിക്കാൻ കൈയ് നീട്ടിയപ്പോ അതൊരു മനുഷ്യജീവിയുടെ കൈയാണോ എന്നു തോന്നിപ്പോയി. അത്ര ക്ഷീണിച്ചും പരുവപ്പെട്ടും ആയാസത്തോടെ അവർ ചിരിച്ചു.

പാറുവമ്മേ, പറയ് ഇങ്ങൾ എങ്ങന്യാണ് ശരിക്കും കമ്യൂണിസ്റ്റായത്?

മാറ്റിയുടുക്കാൻ തുണിയില്ലാതെ, വാരിച്ചുറ്റുന്ന തുണി നാറീട്ട് രാത്രി കഴുകിയിടും. ഇത്തിരി വറ്റ് തിന്നാൻ എന്തോരം കൊതിയായീന്നോ? എന്തിന്, അടുത്ത വീട്ടീന്ന് കഞ്ഞീടെ വെള്ളം പോലും തരീല്ല കുട്ട്യേ കമ്യൂണിസ്റ്റുകൾക്ക്.

കമ്യൂണിസ്റ്റ് ആയേന് വല്യ ഗുണണ്ടാർന്നു. അങ്ങനൊരു പെണ്ണിന്റെയുടത്തേക്ക് രാത്രീ റാക്ക് കൂടിം ഗഞ്ചാവ് വലീം കഴിഞ്ഞേ തുണിപ്പൊക്കാനായീ ഒരു ആമ്പറന്നോനും വരില്ല. ദേവി പോലും വരില്യേ. വെശന്ന് വെശന്ന് എല പറിച്ചു തിന്നീട്ടുണ്ട്. അങ്ങനെ ആരേം ഒന്നിനേം പേടിയില്ലാത്ത രാത്രീലായിരുന്നു അത്. ഒറ്റത്തൊഴിക്ക് തന്ന്യേ കതക് തൊഴിച്ചു തൊറന്ന് അകത്തു കേറീ, രാമ്യാമ്പർടെ വീട്ടിൽ. അഞ്ചു ബാറ്ററീടെ ടോർച്ചടിച്ച് രാമ്യാമ്പീര് നോക്കി നിന്നു. വെട്ടരുവ കണ്ട് പേടിച്ച്, അവിടുന്ന് ഉടുക്കാനും ഉണ്ണാനുള്ളതും വാര്യെടുത്ത് ഇറങ്ങി പോന്നു, നേരെ ഇങ്ങട്, വാണിയംകുളത്തേക്ക്.

പിന്നെ, ഒക്കെ തീരുമ്പോ അങ്ങനെ തന്ന്യയായി. കമ്യൂണിസ്റ്റാർക്ക് ആര്യേം പേടില്യാന്റെ കുട്ട്യേ. ഇപ്പം ഒക്കെ പോയീല്ലേ. ഇപ്പെന്നേ ഞാൻ തെണ്ടണ കണ്ട്ല്യേ. ഈ വാണിയംകുളത്ത്യേം ഒറ്റപ്പാലത്തേം എന്തിനീ പാലക്കാട്ടേം പഴേന്ന കമ്യൂണിസ്റ്റൊക്കെ ഇങ്ങനെ തന്ന്യാണിപ്പോ.

ചാക്കുപൊതിച്ചു മറച്ചുവച്ച കുടിയുടെ വാതിലിന് താഴുണ്ട്. മുകളിൽ കാറ്റടിക്കുമ്പോ ഇളകുന്ന തകരപ്പാട്ടയുടെ മേൽക്കൂര. ഇതൊരു ചരിതത്തിന്റെ ബാക്കിപത്രമാണ്. ഇതൊരു സ്ത്രീയല്ല, ഒരു നാടിന്റെ ചരിത്രമാണ് എന്നൊക്കെ ഫീച്ചറിൽ എഴുതണംന്ന് കരുതി. ഇറങ്ങാറായപ്പോ പാറുവമ്മയ്ക്ക് ഒരു പൂതി

ഇങ്ങട് കൈയീ മൊബൈല്യുണ്ടോ?

എന്തേ, നിങ്ങക്ക് ആരെയെങ്കിലും വിളിക്കണോ?

പാറുവമ്മയ്ക്ക് നാണം.

ഒന്ന് പോയേ ഇങ്ങള്, ഏനിക്ക് ആരേം വിളിക്കണ്ട. ഇന്റെയൊരു ഫോട്ടോ എടുത്ത് വയ്ക്ക്യോ ങ്ങള്?

അതിപ്പോ എന്തിനാ പാറുവമ്മേ?

ചാവണ സമയത്ത് പത്രത്തീ കൊടുക്കാനാണേയ്, കമ്യൂണിസ്റ്റല്ലേന്റെ കുട്ട്യേ?

OO

7

# തേൻവരിക്ക

**മോ**നിച്ചന് ഈയിടെയായി അങ്ങനെ തോന്നുകയാണ്, സൂസന്ന യ്ക്ക് ഇത്തിരി സൗന്ദര്യം കൂടിയോ? ജാതിത്തോട്ടത്തിനിടയിൽ നിന്നും പത്തു മണിക്ക് പഴങ്കഞ്ഞി കുടിക്കാനായി കേറി വന്ന് തിണ്ണയിലിരിക്കുന്ന ഒരു പതിവുണ്ട് മോനിച്ചന്. ആ നേരം, സൂസാമോ എന്നൊരു വിളിയാണ്, 'കാറാതെന്റെ മനുഷ്യാ', എന്നൊരു പ്രതിധ്വനി അപ്പോൾ മറുപടിയായി അവിടമാകെ മുഴ ങ്ങും. ആ വിളിയിൽ അടുക്കളയിൽ പാത്രങ്ങൾ കൂട്ടുമുട്ടുന്ന ഒച്ച യും, പഴങ്കഞ്ഞി ക്കലം വലിച്ചെടുക്കുന്ന ശബ്ദവുമൊക്കെ കേൾക്കു മ്പോൾ അയാൾക്കൊരു ലഹരിയാണ്.

തിണ്ണയിലേക്ക് ഇറക്കി വെക്കുന്ന വസ്തി പിഞ്ഞാണത്തിലെ പഴങ്കഞ്ഞിക്കും തൈരുമിനിടയിൽ ഇണചേരാതെ മാറി കിടക്കുന്ന പഴുത്ത കാന്താരി എടുത്ത് ആദ്യമേ ഒന്നു കടിച്ച്, 'എന്തൊരു എരി വാണാന്റെ, സൂസാമേ,' എന്നു പറഞ്ഞ്, ഒച്ചയുണ്ടാക്കി ആദ്യത്തെ വറ്റ് വായിലേക്കെടുക്കുമ്പോൾ അയാളുടെ മുഖത്തൊരു പുഞ്ചിരി വിരിയും. പക്ഷേ, ആ സമയത്ത് സൂസന്നയുടെ മുഖത്ത് മറ്റൊരു ഭാവമാണ്. ആ ഭാവം തിരിച്ചറിയാൻ മോനിച്ചന് ഇന്നുവരെ കഴി ഞ്ഞിട്ടില്ല. മുറ്റത്തെ ഒട്ടുപാൽ എടുത്ത് തിരിച്ചിട്ട് കാലുകൾ കാൺ കേ നൈറ്റി കുത്തിക്കേറ്റി അരയിൽ തിരുകി കുരുമുളക് വെളുത്ത കാലുകൾ കൊണ്ട് തട്ടിമറിച്ച് വെയിൽപ്പാട് കൊള്ളിച്ചു കൊണ്ട് സൂസന്ന പറയും.

-മനുഷ്യനേ, ആ പ്ലാവേൽ കെടക്കുന്ന ചക്ക ഒന്നു വെട്ടിയെ റക്ക്, എത്ര ദിവസമായി പറേന്നു, പഴുത്തു നാറി താഴെയെങ്ങാനും വീണാൽ എന്റെ സ്വഭാവം മാറും.

-സൂസാമ്മേ, ആ പ്ലാവും ചക്കയും എവിടേം പോവുകേല, നാളെയാവട്ടെ, ഒരു കൈസഹായത്തിന് ആരുമില്ലാതെ പ്ലാവേൽ ഇപ്പോ കേറാൻ പറ്റുവോ, അതങ്ങ് തുഞ്ചത്തല്ലേ കിടക്കുന്നത്.

-ഇതുവരെ ചക്ക ഒണ്ടാക്കാൻ ആരുടെയും കൈസഹായം വേണ്ടിവന്നില്ലല്ലോ. ഇനീം അതങ്ങ് ഒറ്റയ്ക്ക് ഇട്ടേച്ചാ മതി. ഇന്നാണെങ്കീ മതി, എനിക്കൊരു നൂറു കൂട്ടം പണിയൊണ്ട്.

സൂസന്ന തീർത്തു പറഞ്ഞു. അയാളതു കേൾക്കാത്തതു പോലെ വറ്റും കഞ്ഞിയും പാത്രത്തീന്ന് ആവേശത്തോടെ ഈമ്പി കുടിച്ചു. ഒരേമ്പക്കം ചാർത്തി പതുക്കെ തലേന്നത്തെ മീൻപാത്രം ഒന്നു വടിച്ചു നക്കി സ്വരം താഴ്ത്തി പ്രേമത്തോടെ പറഞ്ഞു.

-എന്റെ സൂസാമ്മേ, ചക്ക നാളെ ഇടാവടീ, ജാതിക്ക് വളം ഇട്ടു തീർന്നില്ല. പ്ലാവേലാകെ നീറാണ്. അതിന്റെ കടിയും കൊണ്ട് താഴെയിറങ്ങി കഴിഞ്ഞാ പിന്നെ ആ ഇതങ്ങ് പോവും.

-മനുഷ്യാ എന്നെ കൊണ്ട് ഒന്നും പറേപ്പിക്കരുത് കേട്ടോ. തിടനാട്ടീന്ന് ഒരു നൂറു തവണ പറഞ്ഞതാ, തേൻവരിക്ക കൊണ്ടു പോടി, തേൻ വരിക്ക കൊണ്ടു പോടീന്ന്. നിങ്ങടെ ഒടുക്കത്തെ സ്വഭാവം കൊണ്ടാണ് ഒരു ചൊള പോലും കൊണ്ടു വരാൻ പറ്റാഞ്ഞത്. എന്നാ ചോദിച്ചാലും, മുറിഞ്ഞപുഴയിലങ്ങു കിടക്കുവാന്നല്ലേ പറച്ചില്...

-നീ ഇനി തിടനാട്ടെ മഹിമ പറഞ്ഞ് കൊടുവാളെടുത്ത് എന്നെ കൊല്ലണ്ട, പിച്ചാത്തി ഇങ്ങോട്ട് എട്, ഇപ്പോ തന്നെ പത്തെണ്ണം കുത്തിയിട്ടേക്കാം...

ജാതിത്തോട്ടത്തിൽ നിന്നും കേറി വന്നപ്പോ മോനിച്ചന് ഒന്നു ശൃംഗരിക്കണമെന്ന ഭാവമായിരുന്നു. വളം ഇട്ടോണ്ട് ഇരിക്കുമ്പോ 'ചക്കയ്ക്ക് ഉപ്പുണ്ടോ,' എന്ന് ഉപ്പൻ കൊഞ്ചി ചോദിക്കുന്നത് കേട്ടപ്പോൾ അയാൾക്ക് സൂസന്നയോട് വല്ലാത്തൊരു അഭിനിവേശം തോന്നിയതായിരുന്നു. പക്ഷേ, കാര്യമായ വിശപ്പില്ലാതിരുന്നിട്ടും പഴങ്കഞ്ഞി കുടിക്കാൻ കേറി ചെന്നപ്പമവളുടെ ചക്കപ്രാന്ത് കണ്ട്, വാരിയെടുത്തു കിണറ്റിലിടാനാണ് അയാൾക്ക് തോന്നിയത്.

ഒരു കാര്യവുമില്ലാതെ, പിന്നെയും 'ചക്കയ്ക്ക് ഉപ്പുണ്ടോ,' എന്ന് ഉപ്പൻ കൊഞ്ചി ചോദിക്കുന്നു.

അതോടെ, മോനിച്ചൻ പ്ലാവിൻ ചുവട്ടില് ഏണി ഉറപ്പിച്ചു നിർത്തി. പിച്ചാത്തി പിണച്ചു കെട്ടിയ കൈലിയുടെയും ശരീരത്തിന്റെയും ഇടയിലൂടെ കുത്തിയിറക്കി അയാൾ മുകളിലേക്ക് വലിഞ്ഞു ക

യറി. പശുക്കിടാവിന്റെ വായിലേക്ക് കാടിയിൽ അലിയാതെ കിടന്ന പിണ്ണാക്ക് വാരിവച്ച് കൊടുത്ത സൂസന്നാമ്മ നോക്കുമ്പോൾ, മോനിച്ചൻ വല്ലാത്തൊരു അഭ്യാസിയെ പോലെ പ്ലാവിന്റെ തുഞ്ചത്ത് എത്തിയിരുന്നു. അതു കാണാൻ വല്ലാത്തൊരു രസമുണ്ടായിരുന്നു.

അവൾക്ക് മോനിച്ചനെ ഓർത്ത് വല്ലാത്തൊരു അഭിമാനം തോന്നി. കെട്ടിക്കേറിയ നാൾ മുതൽ അവൾക്കതു തോന്നിയിട്ടുണ്ട്. എന്നാൽ അതു സ്നേഹത്തോടെ മാത്രം പറയാൻ അവൾക്ക് അറിയില്ലായിരുന്നു. അയാളുടെ സ്വരത്തിന് വല്ലാത്തൊരു അഴക്. അയാളുടെ വേർപ്പിന് മറ്റ് ആണുങ്ങൾക്കൊന്നുമില്ലാത്ത ഒരു മണമുണ്ടെന്നു മനസിൽ വിചാരിക്കവേ പൊത്തോന്ന് പറഞ്ഞും ചക്കയും അതിനൊപ്പം മോനിച്ചനും താഴേയ്ക്ക് വീണു.

–2–

ഒന്നര മാസത്തിനു ശേഷമാണ് ചെമ്മനാകരിയിലെ ഇന്തോ അമേരിക്കൻ ആശുപത്രിയിൽ നിന്നും മോനിച്ചനെ ഡിസ്ചാ ർജ് ചെയ്തത്.

-ഇവിടിങ്ങനെ കെടന്നാൽ വെറുതെ കാശ് ചെലവാക്കാമെന്നേ ഉള്ളു, വീട്ടിൽ ചെന്ന് ഫിസിയോതെറാപ്പിയൊക്കെ ചെയ്യണം, മനസ്സിന്റെ ബലമാണ് കാര്യം, ഒറ്റക്കെടപ്പാണെന്നൊന്നും വിചാരിക്കരുത്. ഇതിനേക്കാൾ വലുത് പറ്റിയവര് ഓടിനടക്കുന്നു, മരുന്നൊക്കെ മേടിച്ചോളൂ, ഞാൻ ഡിസ്ചാർജ് സമ്മറി എഴുതി തരാം.

ഒരു രഹസ്യം പോലെയാണ് ഡോക്ടറ് സൂസന്നയോട് അതു പറഞ്ഞത്. അതു കേട്ടപ്പോൾ ഇനി എങ്ങോട്ട് പോകും എന്നായിരുന്നു സൂസന്ന ചിന്തിച്ചത്. തിടനാട്ടിലേക്ക് പോണോ, അതോ മുറിഞ്ഞപ്പുഴയിലേക്ക് പോണോ. അവിടെ, ചെന്നാൽ ഒരു കൈ സഹായത്തിന് ആരാണ് ഉള്ളത്? പശുവും കോഴിയും പന്നീം ഒക്കെയുണ്ടായിരുന്നത് ഏതു വിധമായി എന്നു പറയാതെയിരിക്കുകയാവും ഫലം. തോട്ടത്തിലാകെ കാടുകേറി, വീട്ടിൽ മരപ്പട്ടിയുടെ ശല്യം കൂടി എന്നൊക്കെയാണ് അടുത്ത പറമ്പിൽ താമസിക്കുന്ന പീലിപ്പോസ് കാണാൻ വന്നപ്പോൾ പറഞ്ഞത്.

'ഒന്നു നോക്കിക്കോണേ, പീലിപ്പോസ് ചേട്ടാ' എന്നു കിടന്നകിടപ്പിൽ കണ്ണീരൊഴുക്കി മോനിച്ചൻ പറഞ്ഞതാണ്.

- നടുവടിച്ചുള്ള വീഴ്ചയാണ്. സ്പൈനൽ പ്രശ്നമുണ്ട്. എഴുന്നേറ്റു നടക്കുമോയെന്നൊക്കെ ചോദിച്ചാൽ ദൈവം എന്നൊരാൾ മുകളിലുണ്ടല്ലോ, നമുക്ക് ചെയ്യാവുന്നതിനൊക്കെ ഒരു പരിധിയില്ലേ,

ബാക്കയൊക്കെ ഒടേതമ്പുരാൻ തീരുമാനിക്കട്ടെ, എല്ലാം ശരിയാവുമെന്റെ സൂസന്നേ...

മരുന്നു കെട്ടിക്കൊടുത്ത് കവറിൽ ഓരോ നേരവും കഴിക്കുന്ന സമയം എഴുതുന്നതിനിടയിൽ സൂസന്നയോടെ ഹെഡ് നേഴ്സ് പറഞ്ഞതിങ്ങനെയാണ്. എന്നാൽ അതു കേട്ടിട്ട് സൂസന്നയ്ക്ക് പ്രത്യേകിച്ച് ഒന്നും തോന്നിയില്ല. അവൾ തിരിച്ചു പോക്കിനെക്കുറിച്ച് മാത്രം ഓർത്തു.

മോനിച്ചൻ മാത്രം ഇടയ്ക്കിടെ കരഞ്ഞു കൊണ്ടിരുന്നു. അയാൾക്ക് തിരിയാനും മറിയാനും സൂസന്നാമോ എന്നു വിളിക്കേണ്ടി വന്നു. അവളുടെ മുഖത്ത് ദേഷ്യമാണോ, സഹതാപമാണോ, അതോ നിസഹായതയാണോ എന്നു വായിച്ചെടുക്കാൻ അയാൾക്ക് കഴിഞ്ഞില്ല. ചക്ക വെട്ടിയിട്ടതിനു ശേഷം മുകളിൽ നിന്നും നോക്കുമ്പോൾ സൂസന്നയെ കാണാനെന്തു ഭംഗിയാണെന്നു മാത്രം ചിന്തിച്ചതേ അയാൾക്ക് ഓർമ്മയുള്ളു. ഇപ്പോ, അടിക്കടി മൂത്രമൊഴിക്കുന്നതിനും വയറൊഴിയുന്നതിനുമൊക്കെ സൂസന്ന പ്രാകുന്നത് കേൾക്കുമ്പോൾ അയാളുടെ കണ്ണു നിറയും. ചത്തു പോയിരുന്നെങ്കിൽ എന്നു ചിന്തിക്കും? ചത്തുപോയാൽ പിന്നെ സൂസന്നാമ്മയ്ക്ക് ആരുണ്ട് എന്നോർത്ത് പിന്നെയും വ്യസനിക്കും. കണ്ണുനീരങ്ങനെ ചാലു കീറിയൊഴുകുന്നത് കണ്ടാൽ സൂസന്ന പിന്നെയും ബഹളമുണ്ടാക്കും.

-എത്രയോ ആണുങ്ങള് പ്ലാവേല് കേറുന്നതാണ്, എന്നെ തോൽപ്പിക്കാൻ വേണ്ടി വലിഞ്ഞുകേറിയപ്പം ഓർക്കണമാരുന്നു തൂറിപെടുത്തു കിടന്നാ, ഞാൻ മാത്രേ ഒള്ളെന്ന്.

അവൾ പിന്നെയും ഓരോന്നു പറയുന്നതു കേട്ടപ്പോൾ മോനിച്ചൻ ഞായറാഴ്ചകളിൽ പള്ളിയിൽ അച്ചൻ സങ്കീർത്തനം ചൊല്ലുന്നതിലെ ഒരു വാചകം മാത്രം അറിയാതെ ഓർത്തുപോയി.

*'ഞാൻ എന്റെ പ്രാണനെ താലോലിച്ചു മിണ്ടാതാക്കിയിരിക്കുന്നു; തന്റെ അമ്മയുടെ അടുക്കൽ മുലകുടി മാറിയ പൈതൽ എന്ന പോലെ എന്റെ പ്രാണൻ എന്റെ അടുക്കൽ മുലകുടി മാറിയതു പോലെ ആകുന്നു.'*

തിടനാട്ടിലേക്കല്ല, മുറിഞ്ഞപുഴയിലേക്ക് തന്നെ പോകാമെന്ന് തീരുമാനിച്ച് ആംബുലൻസ് ബുക്ക് ചെയ്യാനുള്ള ആറായിരം രൂപ സൂസന്ന കൗണ്ടറിൽ അടച്ചു. വയറിലൂടെ ഇഴയുന്ന ഉറുമ്പ് ഒരു രാജവെമ്പാല പോലെ മോനിച്ചന് തോന്നി. അയാൾ അതിനെ കൊല്ലാനായി കൈചലിപ്പിക്കാൻ ശ്രമിച്ചു, പിന്നെ, പരാജയപ്പെട്ട്

'സൂസന്നാമ്മേ' എന്നു ദയനീയമായി നിലവിളിച്ചു.

*-3-*

-ഹോംനേഴ്സ് ഇല്ലാതെ പറ്റില്ല എന്റെ അച്ചോ, അച്ചൻ അതിനു വേണ്ടതു ചെയ്യണം. ഏലവും കുരുമുളകും ഒക്കെ ഇരിപ്പുണ്ടല്ലോ. വില നോക്കണ്ട, ഇപ്പം അതു കുറച്ചങ്ങ് വിൽക്കാം. അല്ലെങ്കിൽ പിന്നെ പീരുമേട്ടിലോ മുണ്ടക്കയത്തോ പോയി കുറച്ച് അഡ്വാൻസ് മേടിക്കാം. എന്നെ കൊണ്ട് ഒക്കുകേലാ, മറപ്പുരേലൊന്ന് കേറിയിരിക്കുമ്പോഴാ 'ശൂശാമ്മോ, ശൂശാമ്മോ' എന്ന ഒടുക്കത്തെ വിളി, എനിക്ക് വയ്യ, ഞാനിട്ടേച്ച് തിടനാട്ടിലേക്ക് പോകുമെന്റെ അച്ചോ

മോനിച്ചനെ സന്ദർശിക്കാൻ വീട്ടിലെത്തിയ ഇടവക അച്ചൻ നോക്കുമ്പോൾ അയാൾ ദുഃഖം മറയ്ക്കാൻ പാടുപെട്ട് ചിരിക്കുകയായിരുന്നു. പക്ഷേ, ആ ചിരിയിൽ ഒരു നനവ് പടരുന്നത് കണ്ട് അച്ചൻ പറഞ്ഞു,

-മോനിച്ചാ, സൂസൻ പറയുന്നതിലും കാര്യമുണ്ട്. ഇപ്പോൾ മെയ്ൽ നേഴ്സായി നിരവധി പേരെ കിട്ടാനുണ്ട്. രൂപതയിൽ ഞാൻ ഒന്ന് അന്വേഷിക്കട്ടെ, അവർക്ക് കാഞ്ഞിരപ്പള്ളിയിൽ ഇതിന്റെ എടവാടൊക്കെ ഉണ്ട്. വന്നാ പിന്നെ വന്നതിന്റെ ബാക്കി. സൂസന്നാമ്മേ, ഇത്തിരി കരിപ്പെട്ടി പൊട്ടിച്ചിട്ടേക്ക് കാപ്പീല്... ഷുഗറ് അങ്ങ് കേറുവാ, കർത്താവേ സ്തോത്രം.

ദാമ്പത്യമഹിമയെക്കുറിച്ച് പ്രസംഗിക്കുന്നതിനിടയിൽ സൂസന്നാമ്മയുടെ കരിപ്പെട്ടി കാപ്പിയെക്കുറിച്ച് അച്ചൻ ഞായറാഴ്ച പ്രസംഗങ്ങളിൽ ഒന്നിലധികം തവണ പറയുന്നത് കേട്ട് മോനിച്ചൻ കോരിത്തരിച്ചിട്ടുണ്ട്. അപ്പോൾ ഇടവക ജനങ്ങളെല്ലാം മാതൃകഭാര്യയായ സൂസന്നാമ്മയെ കൊതിയോടെ ഉഴിയുന്നതും പുളകത്തോടെ അവളത് ആസ്വദിക്കുന്നതും അയാൾ കണ്ടിട്ടുണ്ട്.

മൂന്നാം നാൾ മൂത്രക്കുഴൽ മാറ്റിയിടാൻ വന്ന നേഴ്സിനൊപ്പം ആണൊരുത്തൻ വീട്ടിൽ വന്നു കേറി. അച്ചൻ പറഞ്ഞുവിട്ട മെയ്ൽ നേഴ്സാണിതെന്ന് യൂറിൻ കത്തീറ്റർ മാറ്റുന്നതിനിടയിൽ നേഴ്സ് പറഞ്ഞു. മോനിച്ചന്റെ അടിവയറ്റിൽ നിന്നും ഒരു തീനാളം കത്തിപ്പടർന്ന് അയാളുടെ നെഞ്ചകത്ത് ഒരു സ്ഫോടനമുണ്ടാക്കി. അതു കണ്ട് മെയ്ൽ നേഴ്സ് സ്വയം പരിചയപ്പെടുത്തി.

-സുഭാഷ് എന്നാണ് പേര്, കറുകച്ചാലാണ് വീട്. അച്ചൻ പറഞ്ഞ ശമ്പളം പോര, എനിക്കൊരു മൂവായിരം കൂടി കൂട്ടിത്തരണം.

ഇവിടെ കമ്പിളിയൊണ്ടാവുമല്ലോ അല്ലേ, രാത്രീലെങ്ങനാ തണുപ്പ്?

മോനിച്ചൻ അയാളെ ഒന്നളന്നു. കാര്യപ്രാപ്തിയുണ്ട്. ഒരു അറുപത് വയസ് വരുമോ എന്തോ? നരച്ച മുടി കറുപ്പിക്കാൻ ശ്രമിച്ചു പരാജയപ്പെട്ടിരിക്കുന്നു. ചിലയിടം ചെമ്പിച്ച്, ചിലയിടം വെളുത്ത്, ആകയൊരു വല്ലായ്മ. മുഖത്ത് ചുളിവുകളുണ്ട്. അയാൾ മോനിച്ചന്റെ ഇടതു ഭാഗം ഒന്നു പൊക്കിതിരിച്ചു കൊണ്ടു ചോദിച്ചു.

-പൊട്ടലൊന്നുമില്ലല്ലോ പെങ്ങളേ? അത്തരം കേസാണേല് ഞാൻ നിക്കുവേല.

അയാൾ ആരോടെന്നില്ലാതെ പറഞ്ഞു.

സൂസന്ന കൊണ്ടു കൊടുത്ത കാപ്പി മൊത്തിക്കുടിക്കുന്നതിനിടയില് ഇഷ്ടപ്പെടാതെ ചോദിക്കുകയും ചെയ്തു, 'ഇതെന്നാ ഇവിടെ പഞ്ചാര മേടീരൊന്നുമില്ലേ?'

നാലാം ദിവസം സുഭാഷ്, മോനിച്ചനെ ചൂടുവെള്ളത്തിൽ പുറമൊക്കെ തോർത്തി ഒന്ന് ഇരുത്താൻ ശ്രമിച്ചെങ്കിലും അയാൾക്ക് അതിനു കഴിഞ്ഞില്ല. മോനിച്ചൻ കട്ടിലിലേക്ക് തന്നെ ഏങ്ങടിച്ചു വീണു. അയാളുടെ ചെതുക്കിച്ച മോങ്ങൽ കേട്ടാണ് സൂസന്ന പശുക്കൂട്ടിൽ നിന്നും ഓടിവന്നത്. അവളെ ആകെ ചാണകം നാറുന്നുണ്ടായിരുന്നു.

-ഇങ്ങനെ കെടത്തിയിട്ട് കാര്യമൊന്നുമില്ല, ഒരു ഫിസിയോ തെറാപ്പിസ്റ്റിനെ അടിയന്തിരമായി വരുത്തണം. സൂക്കേട് മാറണമെങ്കിൽ എന്തെങ്കിലുമൊക്കെ ചെയ്തിട്ടേ കാര്യമുള്ളു പെങ്ങളേ. ഇല്ലേല് സംഗതി വഷളാകും.

ശനിയാഴ്ച കറുകച്ചാലിനു പോയ സുഭാഷ് തിങ്കളാഴ്ച തിരിച്ചെത്തി. കൂടെ മറ്റൊരാളും ഉണ്ടായിരുന്നു.

-ഇതാണ് പ്രിൻസ്. അങ്ങനെയിങ്ങനെയൊന്നും കിട്ടുന്നയാളല്ല, പെങ്ങടെ കണ്ണീരു കണ്ടപ്പോ ഞാൻ കാലുപിടിച്ചു പറഞ്ഞു. അങ്ങനെ കൂടെ പോന്നതാ, നമുക്ക് കസേരയിലിരുത്തണ്ടേ?

സൂസന്ന മറുത്തൊന്നും പറഞ്ഞില്ല. നാലുമണി കഴിഞ്ഞപ്പോ പ്ലാവേന്നു വീണ അഴുകിയ ചക്കയിൽ നിന്നും ചക്കകുരു പെറുക്കുകയായിരുന്നു അവളുടെ അടുത്തേക്ക് പ്രിൻസ് വന്നിട്ട് ചോദിച്ചു

-ചേച്ചീ, തേൻവരിക്കയാണല്ലോ? ഇതെന്താ, ഇതൊന്നും ഇവിടെ ഉപയോഗിക്കാറില്ലേ?

അവൾ മറുപടിയൊന്നും പറഞ്ഞില്ല. നിസഹായതയോടെ സൂസന്ന പ്രിൻസിനെ നോക്കി. അന്നു രാത്രി ഇടിവെട്ടി മഴ പെയ്തു. ജനാലയിലൂടെ മിന്നൽ വെളിച്ചം വീഴുമ്പോൾ മോനിച്ചന് ഉറങ്ങാ

നെ കഴിഞ്ഞില്ല. ഇടയ്ക്കിടെ അയാളുടെ മുറിയിൽ കരിമ്പടം പുതച്ചു കിടന്നിരുന്ന പ്രിൻസും സുഭാഷും ഊഴം വിട്ട് മുറിവിട്ടു പോകുന്നത് കണ്ടപ്പോൾ മോനിച്ചൻ വിചാരിച്ചു, മഴയത്ത് മൂത്രമൊഴിക്കൽ കൂടുമെന്നു പറയുന്നത് എത്ര നേരാണ്. അയാളും ശ്രമിച്ചു കൊണ്ടിരുന്നു, പക്ഷേ ഒന്നും സംഭവിച്ചതായി മോനിച്ചന് തോന്നിയില്ല.

നല്ലൊരു ഉറക്കത്തിനായി അയാൾ സ്തോത്രം ചൊല്ലി കണ്ണടച്ചു കിടന്നു.

*-4-*

പ്രിൻസ് പ്ലാവേൽ കേറുന്നത് കണ്ടപ്പോൾ സൂസന്ന പറഞ്ഞു. 'വഴുക്കൽ കാണും, സൂക്ഷിക്കണം.'

-എത്ര പ്ലാവേൽ കേറിയിരിക്കുന്നു, പക്ഷേ, ഈ തേൻവരിക്ക. അതൊരൊന്നൊന്നര സാധനമാണ്. മണമടിക്കുമ്പോഴെ അറിയാം സംഗതിയുടെ കെടപ്പ്!

സൂസന്ന മറുത്തൊന്നും മിണ്ടിയില്ല. എരുത്തുക്കൂടിനു മുകളിൽ സൂക്ഷിച്ചിരുന്ന നീളമുള്ള കയറ് പാടുപെട്ട് എടുത്തു കൊണ്ടു കൊടുത്തു. ചക്ക സുരക്ഷിതമായി താഴെയെത്തി.

-പഴുപ്പിക്കാനാണ് ബെസ്റ്റ്, നല്ല മൂത്തതാണ്. കൊണ്ടു പോയി അകത്ത് വച്ചേക്ക്.

ജാതിത്തോട് എടുത്ത് ഒരെണ്ണം വായിലിട്ട് ചവച്ച് നീട്ടിത്തുപ്പുന്നതിനിടയിൽ പ്രിൻസ് പറഞ്ഞു.

തിണ്ണയിൽ പുതിയതായി വാങ്ങിയ വീൽച്ചെയറിൽ മോനിച്ചൻ പുറത്തേക്ക് നോക്കിയിരുന്നു. പറമ്പിൽ, 'ചക്കയ്ക്ക് ഉപ്പുണ്ടോ' എന്ന് ഉപ്പൻ നീട്ടിവിളിക്കുന്നു. അയാൾ, മുറ്റത്ത് കുരുമുരളക് പനമ്പായിൽ ഉണക്കാനിടുന്ന സൂസന്നയെ നോക്കി. അവൾക്ക് കുരിശുംതൊട്ടിയിൽ പ്രതിഷ്ഠിച്ചിരിക്കുന്ന മാതാവിന്റെ അതേ രൂപമാണെന്ന് അയാൾക്ക് തോന്നി. സുഭാഷ് താഴെയിരുന്ന് അയാളുടെ നഖം വെട്ടിമാറ്റി. അതിൽ കുഴിനഖമുണ്ടായിരുന്നിടത്ത് ബ്ലേഡ് മുറിഞ്ഞ് ചോരവന്നത് മോനിച്ചൻ അറിഞ്ഞില്ല. അയാൾ ഇരിക്കുന്നിടത്ത് ഇരുന്നാൽ കാണാവുന്ന പ്ലാവിലേക്ക് നോക്കി.

ഇനി തുഞ്ചത്തെങ്ങാനും ഒരു തേൻവരിക്ക ബാക്കിയുണ്ടോ?

*-5-*

പ്രിൻസിനോടൊപ്പം കൂത്താട്ടുകുളത്തേക്കാണ് സൂസന്ന പോയത്, അതല്ല വാഴക്കുളത്തേക്കാണ് എന്നൊക്കെ പല തവണ സു

ഭാഷ് പറഞ്ഞെങ്കിലും മോനിച്ചൻ അതൊന്നും വിശ്വസിച്ചില്ല.

സൂസാമ്മേ എന്ന് അയാൾ ഒരു ദിവസം പലവട്ടം മോങ്ങിക്കൊണ്ടിരുന്നു.

അടുക്കളപ്പണിക്ക് ഒരാളില്ലാതെ പറ്റില്ലെന്ന് സുഭാഷ് പറഞ്ഞതനുസരിച്ച് പള്ളിമേടയിൽ അടുക്കളപ്പണിക്ക് വന്നിരുന്ന കത്രീനച്ചേടത്തി അടുക്കളകാരിയായി. കരിപ്പെട്ടിക്കാപ്പിക്കും അയലക്കറിക്കും എന്തിന് കഞ്ഞിക്കു പോലും ഒരു രുചിയുമില്ലെന്ന് മോനിച്ചൻ പലതവണ പരാതിപ്പെട്ടു. ഏലം വിൽക്കുന്നതും പറമ്പിൽപ്പണിക്ക് ആൾക്ക് കൂലി കൊടുക്കുന്നതുമൊക്കെ ഇപ്പോൾ സുഭാഷാണ്, അതു കൊണ്ട് അയാളിപ്പോൾ ആഴ്ചകളിൽ വീട്ടിലേക്കു പോകാതെയായി. പകരം, ഭാര്യയും കുട്ടികളും മേരിമാത ബസിന് ശനിയാഴ്ചക്ക് ആറരയ്ക്ക് മുറിഞ്ഞപ്പുഴയിൽ ബസിറങ്ങും. തിങ്കളാഴ്ച വെട്ടംവീഴും മുന്നത്തെ 'ടൗൺ ടു ടൗണിനു' പോകുമ്പോൾ ചാക്കുകണക്കിന് സാധനങ്ങളാണ് എടുത്തു കൊണ്ടു പോകുന്നതെന്ന് ചായക്കട നടത്തുന്ന പിള്ളേച്ചൻ അടുത്ത പറമ്പിലെ പീലിപ്പോസിനോടു പറഞ്ഞു. 'ഇതിനൊരു തീരുമാനമുണ്ടാക്കണമെന്റെ പീലിയേ, ആ ചെറുക്കന്റെ തന്ത്യേം തള്ളേം എന്തോരം കഷ്ടപ്പെട്ടുണ്ടാക്കിയ മൊതലാന്നറിയ്യോ? ഓരോ വിധിയേ..'

അങ്ങനെ പിള്ളേച്ചനും പീലിപ്പോസും പള്ളിക്കാര്യങ്ങൾ കഴിഞ്ഞ് അച്ചനും ഞായറാഴ്ച ഉച്ചയോടെ മോനിച്ചന്റെ വീട്ടിലെത്തി. മോനിച്ചൻ സുഭാഷിന്റെ ഫോണിൽ സിനിമ കാണുകയായിരുന്നു. നല്ല ഇഞ്ചിയൊക്കെയിട്ട അയലക്കറിയുടെ മണവും പോത്ത് ഉലത്തിയതിന്റെയും മണവും വെവ്വേറെയായി മൂക്കിലെക്കെടുത്തപ്പോ അച്ചൻ ചോദിച്ചു, 'മോനിച്ചാ കുശാലാണല്ലോടാ കൂവേ?'

മോനിച്ചൻ ഒന്നും മിണ്ടിയില്ല, അയാൾ സുഭാഷിനെ തീക്ഷ്ണമായി നോക്കി.

-ഈ തണുത്ത മണ്ണിൽ വന്ന് ഇങ്ങേരെ ഈ പരുവത്തിലാക്കിയെടുക്കുമ്പോ, എന്റെ അച്ചോ, വല്ലോം വായിക്കു രുചിയായി വയറ്റിലോട്ടു ചെല്ലണ്ടേ.

അച്ചൻ ഒന്നു മിണ്ടരുതെന്നു പീലിപ്പോസ് കണ്ണടച്ചു കാണിച്ചു. കത്രീനാച്ചേടത്തി ബഹുമാനപുരസരം കൊണ്ടു കൊടുത്ത മോരുംവെള്ളം ഒരിറക്ക് കുടിച്ചിട്ട് അച്ചൻ പറഞ്ഞു.

- മോനിച്ചാ, കാര്യം നീ ഇങ്ങനെ കിടക്കുന്നുവെന്നതൊക്കെ നേരാണ്, വീടും പറമ്പും ഒഴിഞ്ഞു കൊടുക്കണമെന്നും പറഞ്ഞ് കുറേ നാളായി സൂസൻ എനിക്കു സ്വൈര്യം തരുന്നില്ല. നീയൊന്ന്

ആയി വരുന്നതു വരെ താമസിക്കാൻ പറ്റുന്ന ചില സെറ്റപ്പുകൾ തിരുവല്ലയിലോ മറ്റോ ഉണ്ടത്രേ. അതായിരിക്കും നിനക്കും സൗകര്യമെന്നൊക്കെ അവളും തിടനാട്ടിലെ അവൾടെ ആങ്ങളമാരും പറയുന്നു. എന്നതാ നിന്റെ അഭിപ്രായം. അല്ല, അതിനുള്ള തുക മാസാമാസം തന്നേക്കാമെന്ന് അവളെ കൊണ്ട് ഞാൻ സമ്മതിപ്പിച്ചിട്ടുണ്ട്.

ശ്വാസം നിലച്ചതു പോലെ മോനിച്ചനു നോക്കി.

അയാൾ വായു വലിക്കാൻ പാടുപെട്ടു.

ചുറ്റുപാടും കിടന്നു കറങ്ങുന്നതു പോലെ.

-അതെന്നെ കോണകത്തിലെ എടവാടാണെന്റെ അച്ചോ?

സ്വരമുയർത്തിയ സുഭാഷിനെ അച്ചൻ തറപ്പിച്ചൊന്നു നോക്കി.

-സുഭാഷേ, കറുകച്ചാലിലേക്കുള്ള അടുത്ത ബസ് നോക്കിക്കോണം. കാര്യം, നീ ഇതുവരെ ചെയ്തത് വല്യ കാര്യമൊക്കെയാണ്. അതിന് കണക്ക് പറഞ്ഞ് കാശു മേടിച്ചോണ
മെന്നു ഉത്തരവാദിത്വപ്പെട്ടവര് പറഞ്ഞിട്ടുണ്ട്.

അച്ചൻ ആരുടെയും മുഖത്തു നോക്കാതെ മോരും ഗ്ലാസ് കാലിയാക്കി.

-അച്ചാ...

മോനിച്ചൻ മോങ്ങിക്കൊണ്ട് അച്ചനെ വിളിച്ചു.

-എടാ മോനിച്ചാ, ലോകം ഇങ്ങനെയൊക്കെയാണ്, വരിക്കപ്ലാവിലെ ചക്ക പോലെന്നു പറഞ്ഞാ നിനക്ക് കൊള്ളും. അതു കൊണ്ടാണ് അങ്ങനൊന്നും ഞാൻ പറയാത്തത്.

-അച്ചാ, ഞാനിപ്പോ ഭിത്തിയേലൊക്കെ പിടിച്ചു കൊണ്ടു നടക്കുന്നില്ലേ

-എന്റെ മോനിച്ചാ, ഭിത്തിയേൽ പിടിച്ചു കൊണ്ടു നടക്കുന്ന ഒരുത്തനെയാണോടാ, ഒരു പെണ്ണിന് ആവശ്യം. അവൾക്കു കൂട്ടു വേണ്ടേ? ഒരു മരപ്പട്ടി അടുക്കളേൽ കേറി അയലക്കറി തട്ടിമറിച്ചിട്ടാ അതിനെ തല്ലിയോടിക്കണ്ടേ. എടാ കൂവേ, അതിനു പത്തു കെട്ടുകയൊന്നും വേണ്ട... ലോകവിവരം മതി, നിനക്ക് കാര്യം മനസിലായല്ലോ.

അച്ചൻ ളോഹ ഒതുക്കി കൊണ്ട് എഴുന്നേറ്റു.

മോനിച്ചൻ വിതുമ്പി.

കണ്ടു നിന്ന കത്രീനച്ചേടത്തിക്കും കരച്ചിൽ വന്നു.

മോനിച്ചന്റെ മടിയിലിരുന്ന മൊബൈൽ ഫോൺ വലിച്ചെടുത്തു കൊണ്ട് സുഭാഷ് ചവിട്ടിത്തുള്ളി അകത്തേയ്ക്കു കയറി.

അയലക്കറി അടിയ്ക്കു പിടിക്കുന്ന മണം അവിടെമാകെ തങ്ങി നിന്നു.

*-6-*

വെള്ളിയാഴ്ച തന്നെ തിരുവല്ലയിൽ ചെല്ലണമെന്ന പറഞ്ഞതു കൊണ്ട് തിടനാട്ടിൽ നിന്നും സൂസന്നയുടെ അളിയന്മാര് രണ്ടു പേരും മഹീന്ദ്ര എം40-യിലാണ് മുറിഞ്ഞപുഴയിൽ വന്നത്. അച്ചൻ പറഞ്ഞതനുസരിച്ച് മോനിച്ചന്റെ അത്യാവശ്യം ചില തുണികൾ മാത്രം, കത്രീനച്ചേടത്തി ഒരു പ്ലാസിറ്റിക്ക് കവവറിലാക്കി നേരത്തെ തന്നെ മാറ്റിവച്ചിരുന്നു. വീൽച്ചെയർ എടുത്ത് ജീപ്പിന്റെ പിന്നിൽക്കയറ്റി.

മോനിച്ചൻ ആരും കാണാതെ സൂസന്നയുടെ ഒരു നിറം മങ്ങിയ നൈറ്റിയെടുത്ത് പ്ലാസ്റ്റിക്ക് കവറിനുള്ളിൽ നേരത്തെ ഒളിപ്പിച്ചിരുന്നു. കവർ പരിശോധിച്ച മൂത്ത ആളിയൻ അതെടുത്ത് പറമ്പിലേക്ക് എറിയുന്നത് കണ്ടപ്പോൾ അയാൾക്ക് പിടിച്ചു നിൽക്കാൻ കഴിഞ്ഞില്ല. ഒരു കൊച്ചു കുഞ്ഞിനെ പോലെ മോനിച്ചൻ വാവിട്ടു കരഞ്ഞു. പീലിപ്പോസിന്റെ വീട്ടിൽ നിന്നുള്ളവർ മുറ്റത്തിന്റെ ഓരത്തു നിന്നിരുന്നു, അവർ മുഖം കൈകൊണ്ടു പൊത്തിപിടിച്ചു.

പള്ളിമേട വഴി ചെല്ലണമെന്ന് അച്ചൻ പറഞ്ഞിട്ടുണ്ടെന്ന് പീലിപ്പോസ് ജീപ്പിന്റെ ഡ്രൈവറോട് പറഞ്ഞു. വലിയ ദാക്ഷിണ്യമൊന്നും കാണിക്കാതെയാണ് മോനിച്ചനെ അളിയന്മാര് ജീപ്പിന്റെ മുന്നിലേക്ക് കയറ്റിയിരുത്തിയത്. അയാൾക്ക് നടുവ് ഒടിഞ്ഞ് നുറുങ്ങുന്നതു പോലെ തോന്നി. അതിനേക്കാൾ വേദന നെഞ്ചിനുള്ളിലുണ്ടായിരുന്നു, കരച്ചിൽ വഴിമുട്ടിയതു പോലെ അയാൾ ശ്വാസമെടുക്കാൻ പാടുപെട്ടു. അപ്പോൾ പറമ്പിന്റെ തെക്കുവശത്ത് അയാളെ വീഴിച്ച പ്ലാവിന്റെ തുഞ്ചത്ത് കിടന്നിരുന്ന ഒരു തേൻവരിക്ക ചക്ക പൊത്തോന്ന് പറഞ്ഞ് താഴേയ്ക്ക് വീണു. അതിനൊപ്പം മോനിച്ചന്റെ നിലവിളി ശബ്ദവും അവിടെമാകെ മുഖരിതമായി.

അപ്പോഴേയ്ക്കും വണ്ടി സ്റ്റാർട്ടായിരുന്നു, അതിന്റെ ശബ്ദം കേൾക്കാൻ നല്ല ഇമ്പമുണ്ടെന്ന് പീലിപ്പോസ് ഓർക്കുമ്പോഴേയ്ക്കും പറമ്പിലിരുന്ന് ഉപ്പൻ പാടി, 'ചക്കയ്ക്ക് ഉപ്പുണ്ടോ?'

○○

8

# ആയിരത്തൊന്നു രാവുകൾ

**ഞ**ങ്ങൾ തമ്മിൽ അങ്ങനെ യാതൊരു മത്സരവുമില്ലായിരുന്നു. ഞാൻ അടുത്തിടെ പുതിയതായി തുടങ്ങിയ ഡ്രൈഫ്രൂട്ട്സ് കച്ച വടം ഒന്ന് ഉഷാറായതോടെ, ഇവിടെ നിന്ന് ഡൽഹിയി ലേക്ക് ക യറ്റി അയക്കാൻ തുടങ്ങിയിരുന്നു. ഇവിടെയിപ്പോൾ പതിനെട്ടാ മത്തെ സ്റ്റോറായി. ഒന്ന് ആഞ്ഞുപിടിച്ചാൽ ഗോൾഡൻ വിസ ഇങ്ങ് പോരും. ഇന്ത്യയിലേക്കും മലേഷ്യയിലേക്കും കച്ചവടം വ്യാപിപ്പി ക്കുന്നത് നല്ലതാണെന്ന് തോന്നിയതു കൊണ്ടാണ് ഡൽഹിയിൽ ഒരു കൈ നോക്കാമെന്നു തീരുമാനിച്ചത്. നാസറും അങ്ങനെ ത ന്നെയായിരുന്നു. അവൻ എക്സ്പോർട്ടിങ്ങായിരുന്നു പ്രധാനമായും ചെയ്തിരുന്നത്. നല്ലവൻ, എന്നേക്കാൾ എത്രയോ ഇളയവൻ, എന്റെ അനുജൻ ഹമീദിന്റെ അത്ര പ്രായം, പക്ഷേ കച്ചവടത്തിൽ വലിയ ബുദ്ധിശാലിയാണ്. ആരെയും ആകർഷിക്കുന്ന സ്വഭാവം. അങ്ങ നെയൊക്കെയാണെങ്കിലും ഒരിക്കൽ ഞങ്ങൾ തമ്മിൽ ഒന്നിടഞ്ഞു, അത് എന്റെ ഇന്ത്യൻ ക്ലയന്റിനെ അവൻ തട്ടിയെടുക്കാൻ ശ്രമിച്ചതു കൊണ്ടു മാത്രമായിരുന്നു. ഞാൻ അവനോട് മുഷിഞ്ഞു സംസാരി ച്ചു. വാസ്തവത്തിൽ അതിന്റെ ആവശ്യമുണ്ടായിരുന്നില്ല. കൊണാ ട്ട്പ്ലേസിലെ ജാട്ടുകാരനായ മനോഹർ കാണിച്ച ഒരു അതിബുദ്ധി യായിരുന്നു അത്.

ഇഫ്താർ പാർട്ടിക്കിടയിൽ ചിക്കൻ കാല് കടിച്ചു പറിക്കുന്നതി നിടയിൽ ഞാൻ അവനോട് ഇക്കാര്യം പറഞ്ഞു. അവൻ അന്നേരം എന്റെ മുഖത്തേക്ക് ഒന്നു നോക്കി. കുറച്ച് മല്ലിയില വായിലേക്ക് തള്ളിക്കയറ്റുന്നതിനിടയിൽ ആ കണ്ണുകളിൽ ഒരു സാഹോദര്യത്തി

ന്റെ വെളുപ്പ് ഞാൻ കണ്ടു. അതിൽ പിന്നെയാവണം, അവൻ എന്റെ അടുത്ത സുഹൃത്തായത്. പിന്നീട് അവൻ എന്റെ വീട്ടിലേക്കും, ഞാൻ അവന്റെ വീട്ടിലേക്കും പോകാൻ തുടങ്ങി. ഞങ്ങൾ പലപ്പോഴും വെള്ളിയാഴ്ചകളിൽ ഒരുമിച്ചിരുന്ന് ബിസിനസ് വിപുലീകരിക്കുന്നതിനെക്കുറിച്ച് സംസാരിച്ച്, ഒരുമിച്ച് ഹുക്ക വലിച്ച്, വായ്ക്ക് രുചിയായി വല്ലതുമൊക്കെ തിന്ന് അങ്ങനെ മുന്നോട്ടു നീങ്ങവേ നാസറാണ് പറഞ്ഞത്, നമുക്ക് ബസ്രവരെയൊന്നു പോകണമെന്ന്. അവിടെ ഡ്രൈഫ്രൂട്സിന്റെ നല്ല മൊത്തക്കച്ചവടക്കാരുണ്ട്. നല്ല ലാഭം കിട്ടും, നേരിട്ടുള്ള ഇടപാടുകളാണ്.

അവനത് പറയുമ്പോൾ ഞാൻ ഓർത്തത് ആയിരത്തൊന്നു രാത്രികളെയാണ്. ആയിരത്തൊന്നു രാത്രികളിൽ കഥ പറഞ്ഞ ഷഹറസാദിനെക്കുറിച്ചാണ്. അവളുടെ കഥകളുടെ കേദാരഭൂമിയായ ബസ്രയിലേക്കു പോകാമെന്നാണ് നാസർ പറയുന്നത്. ആയിടക്കാണ് ഞാൻ എഴുത്തിന്റെ ചില രസങ്ങളൊക്കെ അറിഞ്ഞത്. ഒരു സാഹിത്യസമ്മേളനത്തിന്റെ സ്പോൺസർഷിപ്പിനു വേണ്ടി ഇവിടെ അറിയപ്പെടുന്ന എഴുത്തുകാരിലൊരാൾ വിജയൻ മേനോൻ എന്റെയടുത്തു വന്നതാണ് മാറ്റമുണ്ടാക്കിയത്. അദ്ദേഹമെനിക്ക് കുറച്ചധികം പുസ്തകങ്ങൾ സമ്മാനിച്ചു. എഴുത്തിനെക്കുറിച്ച് സംസാരിച്ചു, സാഹിത്യസദസുകളിൽ പങ്കെടുക്കണമെന്നു പറഞ്ഞു. ഞാനതിന്റെ സുഖത്തെക്കുറിച്ച് ആലോചിച്ചു തുടങ്ങുന്നുവെന്നും പുലർച്ചെ എഴുന്നേറ്റിരുന്ന് സൈക്കിൾ ചവിട്ടുന്നതിനു പകരം നല്ല മണമുള്ള പുസ്തകങ്ങൾ വായിക്കുന്നതും കണ്ടപ്പോൾ ഭാര്യ ഫാത്തിമയാണ് ചോദിച്ചത്, നിങ്ങൾക്ക് ഇത് എന്തിന്റെ നൊസാണെന്ന്. വല്ലവരും എഴുതി വച്ചിരിക്കുന്ന വേണ്ടാതീനങ്ങളൊക്കെ വായിച്ച് തലയ്ക്ക് സൂക്കേട് പിടിപ്പിക്കരുതെന്നാണ് അവൾടെ വാദം. പക്ഷേ, ഞാനത് കേട്ടില്ല. ഞാൻ വായനയുടെ ഹരം പിടിച്ചു, പുതിയ ലോകങ്ങൾ സ്വപ്നങ്ങൾ കണ്ടു. അപ്പോഴാണ് ബസ്രയിലേക്ക് പോകുന്ന കാര്യം നാസർ പറയുന്നത്.

ഞാൻ സമ്മതിച്ചു. റോഡ് മാർഗമാണ് പോകുന്നത്. നല്ല ദൂരമുണ്ട്. കേട്ടപ്പോഴേ ഫാത്തിമ ഭയന്നു. ഞാൻ വല്ലാതെ ത്രില്ലടിച്ചു. എന്റെ പുതിയ പോർഷെ എടുക്കാമെന്നു പറഞ്ഞെങ്കിലും അവന്റെ നിസാൻ പട്രോളിനാണ് കാർനെറ്റ് ഉണ്ടായിരുന്നത്. അതു പലതവണ ബോർഡർ കടന്നിട്ടുമുണ്ട്. നാസറിന് മനാമയിലും ദമാമിലുമൊക്കെ സുഹൃത്തുക്കളും കച്ചവടക്കാരുമുണ്ട്. അവരിങ്ങോട്ടും അവൻ അങ്ങോട്ടും പോകുന്നതിനെക്കുറിച്ച് പലപ്പോഴും പറഞ്ഞി

ട്ടുണ്ട്.

പുലർച്ചെ പുറപ്പെട്ടാൽ, ചവിട്ടി പിടിച്ചാൽ, രാത്രിയോടെ ബ സ്രയിലെത്താം. സൗദിയും കുവൈറ്റും കടന്ന് ഇറാഖിലാണ് ബ സ്ര. പോകാനുള്ള തയ്യാറെടുപ്പ് നടത്തവേ, ഫാത്തിമ മാത്രം ചോ ദിച്ചു, എന്തിന്റെ സൂക്കേടാണ്, വിമാനത്തില് പോയാൽ പോരേ? അവളെ അടുത്തേക്ക് വിളിച്ച് തട്ടം മാറ്റി ചെവിയിലൊരു നുള്ളു കൊടുത്തിട്ട് പറഞ്ഞു, നിന്നോട് ഒരായിരം തവണ പറഞ്ഞിട്ടുണ്ട്, ഒടക്ക് പറയല്ലേന്ന്, എന്നാലും കേൾക്കൂല്ലാ, ഹിമാറ്!

തിന്നാനും കുടിക്കാനുമുള്ളതെല്ലാം നാസറു തന്നെയാണ് വ ണ്ടിയിൽ കയറ്റിയത്, നിസ്ക്കരിച്ചിട്ട് പോയാ പോരേന്ന് ഉറക്കച്ചട വോടെ ഫാത്തിമ ചോദിച്ചപ്പോൾ രൂക്ഷമായൊന്നു നോക്കി, അതിരാ വിലെ തന്നെ വണ്ടി ബോർഡറിലേക്ക് പായിച്ചു. കുട്ടികൾ ഉണർന്നി രുന്നില്ല. വണ്ടിയിൽ കയറിയപ്പോൾ അവർക്ക് പതിവായി നൽകി യിരുന്ന ചുംബനം നൽകിയില്ലെന്ന് ഓർത്തു. ഐപാഡും എടു ത്തിട്ടില്ല!

ഷെയ്ഖ് ഖാലിഫാ ബിൻ സെയിദ് റോഡിലൂടെ നൂറു മൈൽ സ്പീഡിലാണ് വണ്ടി പായുമ്പോൾ പാരീസിലേക്ക് അയയ്ക്കേണ്ട ലോഡിനെക്കുറിച്ച് ഓർത്തു. അവിടെ നിന്നുള്ള വെന്റർ ഹോട്ട ലിൽ വന്നിട്ടുണ്ട്. അയാളെ ഇന്നു കാണാമെന്നാണ് പറഞ്ഞിരുന്ന ത്. സാരമില്ല. നാളെയിങ്ങ് തിരിച്ചു വരുമല്ലോ, അയാൾക്ക് ഒരു സോറി മെസേജ് സിഗ്നലിൽ അയച്ചു. നാസർ വണ്ടി പറപ്പിക്കുക യാണ്. എന്നേക്കാൾ ഡ്രൈവിങ് വൈദഗ്ധ്യം അവനാണ് കൂടു തൽ. സ്പീഡ് ആണത്രേ ജീവിതത്തിന്റെ ത്രിൽ എന്നാണ് അവന്റെ പക്ഷം. ഞങ്ങൾ രണ്ടാളും ചേർന്ന് ഒരു സ്പീഡ് യോട്ട് വാങ്ങാ നുള്ള തയ്യാറെടുപ്പുകൾ നടത്തുന്നുണ്ട്. അതിനായി ബ്രിസ്ബെയ്ൻ വരെ പോകണം.

മനസ്സിൽ ഒന്ന് നിസ്ക്കരിച്ച് സീറ്റ് ഒന്ന് പിന്നിലേക്കാക്കി, സീറ്റ് ബെൽറ്റ് ഒന്നു കൂടി ഉറപ്പിച്ച് ഞാൻ നിവർന്നിരുന്നു. വണ്ടിയിൽ യേശുദാസിന്റെ പഴയ പാട്ടാണ് കിടന്നു മൂളുന്നത്. പഴയകാലത്തെ ഈ യേശുദാസിന്റെ സ്വരം എനിക്ക് തീരെ ഇഷ്ടമല്ല, ഞാൻ ഹരി ഹരന്റെ ആളാണ്, അതു പറയുമ്പോൾ നാസർ പാട്ട് നിർത്തും, പി ന്നെ വാചകമടിക്കും, പിന്നെയും പാട്ട് ഇടും. ഈ പോക്കിന് ശരി ക്കും ഉദ്ദേശമുണ്ട്. ഞങ്ങൾ രണ്ടാളും ചേർന്ന് മുംബൈയിൽ പങ്കു കച്ചവടം ആരംഭിക്കുകയാണ്. അതിനു സാധനങ്ങൾ നേരെ ഇറാ ഖിൽ നിന്നും എത്തിച്ചു തരാമെന്നു പറഞ്ഞിരിക്കുന്ന ഹുസൈൻ

എന്ന വെൻഡറിന്റെ അടുത്തേക്കാണ് യാത്ര.

രാവിലെ എട്ടു മണി കഴിഞ്ഞിരിക്കുന്നു. ഫ്ളാസ്ക്കിൽ നിന്നും കാപ്പി ഊറ്റി കുടിച്ചു. ബ്രസീലിയൻ കാപ്പിയാണ്. നല്ല ഉന്മേഷമുണ്ടാക്കി അത്. ആ ഊർജത്തിൽ ഞങ്ങൾ സൗദി ബോർഡർ കടന്നു, ഇനി നെടുനീളത്തിൽ നാനൂറ് കിലോമീറ്റർ ഒറ്റവഴിയാണ്. ഒരു പുൽച്ചെടി പോലുമില്ല, മരുഭൂമി അങ്ങനെ നിവർന്നു കിടക്കുകയാണ്. വളവും തിരിവുമില്ലാത്ത വഴി. മുന്നിലേക്ക് നോക്കുമ്പോൾ എന്തോ പോലെ തോന്നും. ഒന്നും ചെയ്യാനില്ല, 220 സ്പീഡിൽ ക്രൂയിസ് കൺട്രോൾ സെറ്റ് ചെയ്ത് നാസർ പിന്നോക്കം തിരിഞ്ഞ് പ്രഭാതഭക്ഷണത്തിന്റെ പൊതിയെടുത്തു. ഈ വഴി നേരെ ചെന്നു കയറുന്നത് റിയാദിലേക്കാണെന്നു നാസർ പറഞ്ഞു. അവനീ വഴിയൊക്കെ കാണാപ്പാഠമാണ്. ഏകദേശം രണ്ടര മണിക്കൂർ കൊണ്ട് വഴി തിരിയും, ചുറ്റുപാടും മണൽക്കാട്. എത്ര വിരസമാണ് സൗദി. ഇനിയെത്ര മണിക്കൂർ കൂടി ഇങ്ങനെ ഇരിക്കേണ്ടി വരും. ഭാര്യ പറഞ്ഞത് ശരിയാണെന്നു തോന്നിയപ്പോൾ, നാസർ പറഞ്ഞു, ഇനി നിങ്ങൾ വണ്ടിയോടിക്ക്. സീറ്റ് മാറി ഇരുന്നപ്പോൾ തന്നെ ആശ്വാസം തോന്നി. എന്നാൽ മടുപ്പിക്കുന്നയാത്ര മണിക്കൂറുകൾ പിന്നിട്ടപ്പോൾ, ഇത് അവസാനിക്കുന്നതല്ലേയെന്ന് തോന്നി. ആകാശവും ഭൂമിയും എല്ലാം ഒന്നു പോലെ. എവിടേക്ക് നോക്കിയാലും മണലിന്റെ ചെടിപ്പിക്കുന്ന ദൃശ്യം. വല്ലാത്തൊരു വീർപ്പുമുട്ടൽ പെട്ടെന്നാണ് മനസിലേക്ക് കയറിക്കൂടിയത്. ഹോട്ടലിൽ വന്നു കിടക്കുന്ന ഫ്രഞ്ച്കാരന് ഇന്നു തന്നെ കാണണമെന്ന് മറുപടി വന്നിരിക്കുന്നു. പോയി വേറെ പണി നോക്കടാ, കൂവേ എന്നാണ് മനസ്സിൽ തോന്നിയതെങ്കിലും മനസ്സിൽ വല്ലാത്തൊരു അനിഷ്ടം. ഇറങ്ങിപ്പുറപ്പെടേണ്ടതില്ലായിരുന്നുവെന്ന തോന്നൽ. എന്തോ ഒരു വല്ലായ്മ. ഇടയ്ക്ക് കണ്ട മക്ഡൊണാൾഡ്സിൽ വണ്ടി നിർത്തി. ടോയ്ലെറ്റിൽ പോയി. ഛർദ്ദിക്കാനും മൂത്രമൊഴിക്കാനുമൊക്കെ തോന്നുന്നു. ഇതൊക്കെ തോന്നലാണോ? നാസർ എന്തൊക്കെയോ പറയുന്നുണ്ട്. അവന്റെ കുട്ടിക്കാലം, അവന്റെ പ്രണയം, അവന്റെ ഭാവികാര്യങ്ങൾ, വാങ്ങിക്കാൻ പോകുന്ന യോട്ടിൽ വേണ്ട സൗകര്യങ്ങൾ, രണ്ടു ബെഡ്റൂമുകൾ വേണമെന്ന കാര്യം ആവർത്തിച്ചുകൊണ്ടേയിരുന്നു. ആ നേരം, എനിക്കൊന്നും പറയാൻ തോന്നിയില്ല. വണ്ടി പറക്കുകയായിരുന്നു.

ഉച്ചകഴിഞ്ഞ് തുടങ്ങിയതോടെ കുവൈറ്റിലേക്കുള്ള ദൂരം കാണിക്കുന്ന ബോർഡ് മുന്നിൽ തെളിഞ്ഞു തുടങ്ങി. 500 കിലോമീറ്റ

റിൽ താഴെ മാത്രമേ കുവൈറ്റിലേക്ക് ഉള്ളുവെന്നു കണ്ടപ്പോൾ മുതൽ എന്തോ ഒരു ആശ്വാസം. ചുറ്റുമുള്ള വിജനത, പകൽ നേരത്തായിരുന്നിട്ടു കൂടി പേടിപ്പിച്ചു. ഇടയ്ക്ക് അടിച്ചു കയറിയ പൊടിക്കാറ്റിൽ മാത്രമാണ് വണ്ടിയുടെ വേഗത കുറച്ചത്. ഞാനാകെ വല്ലാതായിരുന്നു. വരേണ്ടിയിരുന്നില്ല, എന്നു തന്നെ തോന്നി തുടങ്ങി. മൊബൈൽ റേഞ്ചിലേക്ക് വരുമ്പോൾ നൂറു കണക്കിന് മെസേജുകൾ. എന്റെ അസാന്നിധ്യം പലേടത്തും പ്രശ്നമായെന്നു തോന്നിപ്പിക്കുന്നതു പോലെ. ഇത് ആദ്യമാണ്, എവിടെയൊക്കെ യാത്ര ചെയ്തിരിക്കുന്നു. ലോകത്തിന്റെ വിവിധഭാഗങ്ങളിൽ വണ്ടിയോടിച്ചിരിക്കുന്നു. യുഎസിലെ ഡെത്ത് വാലിയിലും മസായി മാരെയിലും ട്രാൻസ് സൈബീരിയയിലുമൊക്കെ പോയിരിക്കുന്നു. അന്നൊന്നും ഉണ്ടായിട്ടില്ലാത്തത്ര വൈഷ്യമം മനസ്സിൽ പുകയുന്നു. ഞാൻ ഉള്ളാകെ, പരമകാരുണ്യവാനായ അള്ളാഹുവിനെ വിളിച്ച്, രക്ഷിക്കണേ എന്ന് അപേക്ഷിച്ചു.

എനിക്ക് വല്ലാതെ മടുത്തെന്ന് നാസറിനോട് പറഞ്ഞപ്പോൾ, ഈ വഴി നടത്തുന്ന കന്നിയാത്ര കൊണ്ടായിരിക്കാമെന്ന് പറഞ്ഞ്, ഇല്ലാത്ത ഫലിതങ്ങൾ ഉണ്ടാക്കി എന്നെ ചിരിപ്പിക്കാൻ ആവതും നോക്കി. ഇടയ്ക്ക് നിർത്തിയും കാപ്പി കുടിച്ചും ഫോട്ടോ എടുത്തും വണ്ടി മാറിയോടിച്ചും ഞങ്ങൾ കുവൈറ്റ് ബോർഡറിലെത്തി. എല്ലായിടത്തേക്കും വിസ ഉള്ളതു കൊണ്ട് കാര്യമായ ചോദ്യവും പറച്ചിലുമുണ്ടായില്ല. നാസർ കസ്റ്റംസ് ഓഫീസിലേക്ക് പോയി. കൂടെയൊരാൾ വന്ന് വണ്ടി ഒന്നു നോക്കിയതിനു ശേഷം പാസ്പോർട്ടിലും വണ്ടിക്കുള്ള കാർനെറ്റിലും സീൽ അടിച്ചു തന്നു. ഞാനാവട്ടെ, അതിലൊന്നും വലിയ താത്പര്യമില്ലാത്തതു പോലെ വണ്ടിയുടെ സീറ്റിൽ ചടഞ്ഞുകൂടി ഇരുന്നു. വീട്ടിൽ നിന്നും ഓഫീസിൽ നിന്നും നിരവധി ഫോൺ കോളുകൾ. ചിലതിനൊക്കെ മറുപടി പറഞ്ഞു, ചിലതിന് വാട്സാപ്പിൽ രണ്ടു വാക്കിൽ, ചിലതിന് ഇമോജികൾ മാത്രം നൽകി. ഫോണിന്റെ നോട്ടിഫിക്കേഷൻ ശബ്ദം മടുത്തപ്പോൾ, രണ്ടും ഫോണും സൈലന്റ് മോഡിലാക്കി.

വണ്ടി കുവൈറ്റിലേക്ക് കടന്നു, കുവൈറ്റ് ഭാഗത്തും ചെക്കിങ്ങും പാസ്പോർട്ട് എൻട്രിയൊക്കെ അടിച്ചു തന്നു. ആദ്യം കണ്ട പെട്രോൾ സ്റ്റേഷനിൽ കയറ്റി വണ്ടി നിറച്ചു, പിന്നെയും പറന്നു. ഈ പോക്ക് പോയാൽ, രണ്ടര മണിക്കൂർ കൊണ്ട് ബസ്രയിലെത്തും. സമയം ഏതാണ്ട് വൈകുന്നേരം ആറരയായിട്ടുണ്ട് വാച്ചിൽ, കുവൈറ്റിൽ അഞ്ചര. ഞാൻ വാച്ചിന്റെ സമയം മാറ്റാനൊന്നും മെ

നക്കെട്ടില്ല. സീറ്റ് പരമാവധി ബെഡാക്കിയിട്ട് കിടന്നു കണ്ണടച്ചു. നാസർ, ഒരു മടുപ്പുമില്ലാതെ വണ്ടി പായിച്ചു കൊണ്ടിരുന്നു. അവൻ ഇടയ്ക്കിടെ ഫോണുകൾ വരുന്നുണ്ട്. ബ്ലൂടൂത്ത് സെറ്റിലൂടെ എന്തൊക്കെയോ സംസാരിക്കുന്നുണ്ട്.

ഞാനൊന്നുറങ്ങി കണ്ണ് തുറന്നപ്പോൾ, വാഹനം ഇറാഖിലേക്ക് കടന്നിരുന്നു. ഇറാഖി ബോർഡർ ഉദ്യോഗസ്ഥൻ വണ്ടിയുടെ ഗ്ലാസിൽ തട്ടിവിളിച്ചപ്പോഴാണ് ഉണർന്നത്. ഒന്നുമറിയാതെ ബോധംകെട്ട് ഉറങ്ങുകയായിരുന്നു. എന്നെ വിളിച്ചിട്ടു കിട്ടാതെ ഓഫീസിൽ നിന്നും നിരവധി തവണ നാസറിനെ വിളിച്ചിരുന്നുവത്രേ. വലിയൊരു തുക ബാങ്കിലേക്ക് മാറ്റേണ്ടതിന്റെ കൺഫർമേഷനു വേണ്ടിയാണ് വിളിച്ചത്. ദുബൈയിൽ പുതിയ ഓഫീസ് അടുത്ത മാസം തുറക്കുകയാണ്, അതിനു വേണ്ടിയുള്ള തയ്യാറെടുപ്പുകളാണ്. ഞാനും നാസറും ചേർന്നുള്ള കച്ചവടത്തിനായി പുതിയ എൽഎൽസി രൂപീകരിച്ചിരുന്നു, മുംബൈ ഓഫീസിന്റെ വർക്കുകളും നടക്കുന്നു. ഇടയ്ക്ക് ലണ്ടനിലും ചില കച്ചവടങ്ങൾ ശരിയായി വരുന്നുണ്ടായിരുന്നു. അതിനായി ഈയാഴ്ച തന്നെ അവിടേക്ക് പോകണം, അതിനിടയ്ക്കാണ് ഈ യാത്ര. ഇത്രയും തിരക്കിട്ട ഷെഡ്യൂളിനിടയിൽ എന്തിനാണ് ഈ റോഡ് യാത്രയ്ക്ക് സമ്മതിച്ചതെന്ന് എത്ര ആലോചിച്ചിട്ടും പിടികിട്ടിയില്ല. മണിക്കൂറുകൾ കൊണ്ട് പോയിട്ട് വരാൻ കഴിയുന്ന ഒരിടത്തേക്ക് മടുപ്പിക്കുന്ന യാത്ര. ഇറാഖിലേക്ക് ഞാൻ മുൻപും വന്നിട്ടുണ്ട്. അത് ടെഹ്റാനിലേക്കായിരുന്നു. ഞങ്ങളെത്തിയ സഫ്‌വാൻ അതിർത്തിയിൽ വലിയ തിരക്കായിരുന്നു. കുവൈറ്റ് ബോർഡർ കടക്കാൻ വലിയ ചോദ്യമൊന്നും ഉണ്ടായില്ലെന്നു നാസർ പറഞ്ഞു. പക്ഷേ, സാഫ്‌വാനിൽ തലങ്ങും വിലങ്ങും ചോദ്യങ്ങൾ. അറിയാവുന്ന അറബിയിലൊക്കെ ഞാൻ മറുപടി പറഞ്ഞു. നാസറിന് എന്നേക്കാൾ അറബി അറിയാം. ഒടുവിൽ പോകാൻ അനുവദിച്ചു. ഞങ്ങൾ കാണാനായി പോകുന്ന ഹുസൈൻ ബസ്രയിൽ വലിയ ഹോട്ടലിൽ തന്നെ ഞങ്ങൾക്ക് വേണ്ടി മുറിയെടുത്തിരുന്നു.

ഇരുട്ട് കനക്കും മുന്നേ ഞങ്ങൾ ഹോട്ടലിലെത്തി. എത്തിയപാടെ ഭാര്യയെ വിളിച്ച് എത്തിയെന്നും നല്ല ക്ഷീണമുണ്ടെന്നും ഫോൺ ഓഫ് ചെയ്യുകയാണെന്നും പറഞ്ഞു. രണ്ട് ഫോണുകളും ഓഫ് ചെയ്തു. ഒന്നു കുളിച്ച് ഫ്രെഷ് ആയി രണ്ട് ഡ്രിങ്ക്സ് കഴിച്ചപ്പോൾ ഒരു ഉന്മേഷം കിട്ടി. അപ്പോഴേയ്ക്കും ഹുസൈൻ എത്തി. അയാൾ ഞങ്ങൾക്കുള്ള അത്താഴം അയാളുടെ വീട്ടിലാണ് ഒരുക്കിയിരിക്കു

ന്നത്രേ. ഈ പഞ്ചനക്ഷത്ര ഹോട്ടലിൽ വിഭവസമൃദ്ധമായ ഭക്ഷണം ഉള്ളപ്പോൾ ഇനി അയാളുടെ വീട്ടിലേക്ക് പോകാൻ എനിക്ക് തീരെ താൽപര്യം തോന്നിയില്ല. എന്നാൽ നാസറിന് പോകാമെന്ന നിലപാടായിരുന്നു. എന്റെ അതൃപ്തി അവൻ വകവെച്ചില്ല. തന്നെയുമല്ല, അയാളുടെ വെയർഹൗസ് കാണിച്ചു തരാമെന്നും പറഞ്ഞതോടെ പോകാമെന്നായി. പരമാവധി രാത്രി പതിനൊന്നിനു മുന്നേ തിരിച്ചു വരാമെന്ന് നാസർ കട്ടായം പറഞ്ഞതോടെ എന്തെങ്കിലുമാവട്ടെ, ഇത്രേടം വരെ വന്നതല്ലേ എന്നായി. ഞാൻ വാലറ്റും ഫോണുകളുമൊന്നും എടുത്തില്ല. പുറത്ത് തണുപ്പുണ്ടാകുമെന്നു കണ്ട് ഒരു ഫുൾ സ്ലീവ് ഷർട്ടും ജീൻസും മാത്രം ധരിച്ചു. റോളെക്സ് വാച്ച് പോലും ധരിക്കാൻ മെനക്കെട്ടില്ല.

ഹുസൈന്റെ ലാൻഡ് ക്രൂയിസറിലായിരുന്നു യാത്ര. നാസർ അയാൾക്കൊപ്പം മുന്നിൽ കയറി. ഹുസൈൻ കാര്യങ്ങളൊക്കെയും നാസറിനോടാണ് സംസാരിക്കുന്നത്. എനിക്ക് യാത്ര മടുപ്പിച്ചതിന്റെ അതൃപ്തി നിഴലിച്ചു നിന്നതിനാൽ ഈ കച്ചവടത്തോട് വലിയ താത്പര്യമൊന്നും തോന്നിയില്ല. അതൊക്കെയും നാസർ ചെയ്തോട്ടെ എന്നായിരുന്നു എന്റെ നിലപാട്. എനിക്കൊന്ന് കിടന്നാൽ കൊള്ളാമെന്നുണ്ടായിരുന്നു. ചെറിയതായി വിശക്കുന്നുമുണ്ട്.

ബസ്രയുടെ നഗരാതിർത്തിയിലൂടെയാണ് വണ്ടി പായുന്നത്. ഹുസൈനാണ് വണ്ടിയോടിക്കുന്നത്. അവർ കലപില സംസാരിക്കുന്നുണ്ട്. ഞാനൊന്നും ശ്രദ്ധിക്കാൻ പോയില്ല. ആയിരത്തൊന്നു രാവുകളിൽ ഷഹരിയാർ രാജാവിനെ കഥ പറഞ്ഞു കേൾപ്പിച്ച ഷഹറസാദ് ഇവിടെ എവിടെയോ ആയിരുന്നിരിക്കണം. ഇതു പോലൊരു രാത്രിയിലായിരുന്നിരിക്കണം അയാൾ ഷഹറസാദിന്റെ കന്യകാത്വം അപഹരിച്ചത്. അന്നും ഇതു പോലെ രാവിൽ നക്ഷത്രങ്ങൾ ആ ജീവന് കാവൽ നിന്നിരിക്കണം.

ചിന്തകൾ കാടുകയറിയിറങ്ങവേ വണ്ടി ഇടറോഡിലേക്ക് തിരിഞ്ഞതും നഗരം വിടുന്നതായും എനിക്ക് മനസിലായി. ഒരു അരമണിക്കൂർ കഴിഞ്ഞിട്ടുണ്ടാവണം, ഇപ്പോൾ വളരെയധികം വിജനമായ പ്രദേശത്തു കൂടിയാണ് ഞങ്ങൾ യാത്ര ചെയ്യുന്നതെന്ന് ഞാൻ തിരിച്ചറിഞ്ഞു. ഇത് എവിടേക്കാണ് പോകുന്നതെന്ന് എനിക്ക് ചോദിക്കണമെന്നുണ്ട്. ഈ പോകുന്നതത്രയും ഇനി രാത്രിയിൽ തിരിച്ച് ഹോട്ടലിലേക്ക് ഉണ്ടാവുമല്ലോ. ഇത്രയും യാത്രയുണ്ടായിരുന്നുവെങ്കിൽ നാളേയ്ക്ക് ഇത് മാറ്റാമായിരുന്നു. ഈ നാസർ ഇതെന്തു പണിയാണ് കാണിച്ചത്. എന്നാൽ അതൊന്നും അവനെ തെല്ലും

ബാധിക്കുന്നില്ലെന്നു തോന്നി. ഹുസൈനും നാസറും കാര്യങ്ങളൊക്കെ പറഞ്ഞു ചിരിക്കുന്നുണ്ട്. മുന്നിൽ ഞങ്ങളുടെ വണ്ടിയുടെ മാത്രം വെളിച്ചം. റോഡ് അങ്ങനെ നീണ്ട് കിടക്കുകയാണ്. വണ്ടിയുടെ മേന്മ കൊണ്ട് റോഡിലെ കുണ്ടും കുഴിയും അറിയുന്നില്ലെന്നു മാത്രം. അത് ആരോടും പകയില്ലാതെ ഓടിക്കൊണ്ടേയിരിക്കുന്നു. ചുറ്റും കുറ്റാക്കൂരിരിട്ട്. മണൽപ്രദേശമാണോ, കൊടുംകാടാണോ എന്നൊന്നും അറിയാനാവുന്നില്ല. വല്ലാത്തൊരു ഭയം മനസിലേക്ക് ഇരച്ചു കയറി. ഹോട്ടലിൽ നിന്നും പോരുമ്പോൾ ഫോൺ എടുക്കാതിരുന്നത് മണ്ടത്തരമായി പോയി എന്നു തോന്നിയ നിമിഷം മുന്നിൽ എടുത്തു വച്ചതു പോലൊരു വലിയ ട്രക്ക് ഞങ്ങളുടെ മാർഗം മുടക്കി കിടക്കുന്നു.

ഒരുതരത്തിലും ഞങ്ങളുടെ വണ്ടിക്ക് മറികടക്കാൻ വയ്യ. കുറേ നേരെ ഹോൺ മുഴക്കിയിട്ടും ആരുടെയും ഒരു അനക്കവും അവിടെങ്ങും കണ്ടില്ല. ഹുസൈൻ എന്തൊക്കെയോ പറഞ്ഞു കൊണ്ടു ഡോർ തുറന്ന് പുറത്തിറങ്ങി. അയാൾ ഡോർ തുറന്നപ്പോൾ ശക്തമായ തണുത്ത കാറ്റ് വണ്ടിയുടെ ഉള്ളി  ലേക്ക് കയറി. വല്ലാത്തൊരു ഗന്ധവും. നാസർ, എന്തെങ്കിലും പ്രശ്നമുണ്ടോ എന്നു ഞാൻ ചോദിച്ചതും, മുന്നിലൊരു വെടിയൊച്ച കേട്ടു. ഞങ്ങൾ ഭയന്നു പോയി. വീണ്ടുമൊരു വെടിയൊച്ചയും ഒരു നിലവിളിയും ഇത്തവണ ഉയർന്നു. നാസർ ഭയപ്പാടോടെ ഹുസൈനിനെ ഫോണിൽ വിളച്ചു. വണ്ടിയിലായിരുന്ന അയാളുടെ ഫോൺ. അതു വികൃതമായൊരു ശബ്ദമുണ്ടാക്കി. പെട്ടെന്ന്, പേടിപ്പിക്കുന്ന വിധത്തിൽ നിശബ്ദമായി മുന്നിൽ കിടന്ന ട്രക്ക് സ്റ്റാർട്ട് ആയി. അത് പിന്നിലേക്ക് വരികയാണ്. ഇപ്പോൾ, ഞങ്ങളെയത് ഇടിച്ചിടും എന്നു മനസ്സിലോർക്കുന്നതിനു മുന്നേ, അതു പിന്നോട്ട് വന്ന് ലാൻഡ് ക്രൂയിസറിനെ ശക്തിയോടെ ഇടിച്ചു. ആ ഇടിയിൽ ഞാൻ സീറ്റിൽ നിന്നു വീണു. എന്താണ് സംഭവിക്കുന്നതെന്നു മനസിലാകുന്നതിനു മുന്നേ ട്രാക്ക് മുന്നോട്ടു പോകുന്നതും അത് വലിയ വേഗതയിൽ വീണ്ടും പിന്നോട്ടു വന്നത് ഞങ്ങളുടെ കാറിനെ ഇടിച്ചു മറിച്ചതും മാത്രം എനിക്കോർമ്മയുണ്ട്.

-2-

ഞാനീ കെട്ടിടത്തിലെ കൊടും ചൂടിലും തണുപ്പിലും നിലത്ത് കിടക്കാൻ തുടങ്ങിയിട്ട് എത്ര ദിവസമായി കാണം? നൂറ്, ഇരുനൂറ്, അഞ്ഞൂറ്, അറിയില്ല. ദിവസങ്ങൾ പോയിട്ട്, രാത്രിയാണോ പക

ലാണോ എന്നു പോലും അറിയില്ല, എന്റെ കൂടെയുണ്ടായിരുന്ന നാസർ എവിടെയെന്നോ, ഹുസൈൻ എവിടെയെന്നോ അറിയില്ല. ഞാൻ എവിടെയാണെന്നു പോലും തിരിച്ചറിയാൻ കഴിയുന്നില്ല. ഈ ഭൂമുഖത്ത് ജീവിച്ചിരിപ്പുണ്ടെന്നു മാത്രം അറിയാം. ഇടയ്ക്ക് വാതിൽ തുറക്കും, തിന്നാനുള്ളത് പാത്രത്തിൽ വച്ച് തറയിലൂടെ അകത്തേക്ക് തള്ളിവച്ച് തരും. വെള്ളം ഒരു ബക്കറ്റിൽ തരും. അതാണ് കുടിക്കുന്നത്, അതാണ് ശൗചൃത്തിനും ഉപയോഗിക്കുന്നത്. എല്ലാത്തിനും അതാണ്. ഒരു മനുഷ്യജീവി പോലും അവിടെയെങ്ങും ഉള്ളതായി തോന്നിയിട്ടില്ല. ഇവിടെ നിന്നും ഇറങ്ങിയോടാൻ പോലും പറ്റില്ല. ഇവിടെ കിടന്നായിരിക്കും തന്റെ മരണം. ഭാര്യ, കുട്ടികൾ, ഓഫീസ് എല്ലാം നഷ്ടപ്പെട്ടു. അതിസമ്പന്നനായിരുന്നു, ഒരു നേരം പോലും ഇരിക്കാനാവാതെ പണം ഉണ്ടാക്കാനുള്ള ഓട്ടത്തിലായിരുന്നു. എത്ര സമ്പാദിച്ചിട്ടും മതിയായില്ലെന്ന തോന്നലായിരുന്നു. എന്തിനും ഏതിനു ആജ്ഞാനുവർത്തികൾ. വീട്ടുജോലിക്കാർ, ബിസിനസുകൾ എല്ലാവരും തന്നെ ഇപ്പോൾ തിരയുന്നുണ്ടാവണം. താൻ മരിച്ചിട്ടുണ്ടാകുമെന്ന് അവർ കരുതിയിട്ടുണ്ടാവുമോ? മക്കൾ, ഭാര്യ, ഓഫീസ്, അറിയാതെ കണ്ണു നിറയുന്നു.

ഓർമ്മകൾ നഷ്ടപ്പെട്ടു പോകുന്നതു പോലെ. ആദ്യമൊക്കെ എല്ലാം കൃത്യമായി ഓർത്തിരുന്നു. ലക്ഷങ്ങൾ മുടക്കിയെടുത്ത തന്റെ ഫാൻസി നമ്പർ, ഓൺലൈൻ പാസ് വേഡുകൾ, ബാങ്ക് ട്രാൻസ്ഫറുകൾ എല്ലാം നല്ല ഓർമ്മയുണ്ടായിരുന്നു. പിന്നീട് അതൊന്നും ഓർക്കേണ്ടതില്ലായിരുന്നു, അതു കൊണ്ടാവാം ഒന്നും ഓർമ്മയില്ല. എന്താണു സംഭവിച്ചതെന്നു പോലും ഓർമ്മയില്ല. ആദ്യ ദിവസങ്ങളിലൊക്കെയും ഇവിടെ നിന്നും രക്ഷപ്പെടാൻ ശ്രമിച്ചിരുന്നു. പക്ഷേ, അതു വെറും വ്യർത്ഥമാണെന്നു മനസ്സിലാക്കിയ മാത്രയിൽ അതും ഉപേക്ഷിച്ചു. ഇവിടെ കിടന്ന് ചാവാനായിരിക്കും യോഗം.

നിസ്ക്കരിക്കണമെന്നു തോന്നുമ്പോഴൊക്കെയും നിസ്ക്കരിച്ചു. അറിയാവുന്ന ബദരീങ്ങളെ ഒക്കെ വിളിച്ച് അപേക്ഷിച്ചു. ഫാത്തിമയുടെ മൊഞ്ചുള്ള മുഖം ഓർമ്മ വന്നു. കുട്ടികളെ ഓർത്തപ്പോൾ കരച്ചിൽ  വന്നു. ശരിക്കും അവരെ ഒന്നു ഓമനിച്ചിട്ടു കൂടിയില്ല. ഓഫീസിന്റെ സ്ഥിതിഗതികൾ എന്തായിരിക്കുംയ ബിസിനസ്സുകൾ എങ്ങനെയായിരിക്കും. താൻ എവിടെയാണെന്ന് അവർ അന്വേഷിച്ചിട്ടുണ്ടാവുമോ? താൻ മരിച്ചു പോയെന്ന് ആരെങ്കിലും കരുതിയിട്ടുണ്ടാവുമോ? തനിക്ക് ഇത്തരമൊരു വിധി സമ്മാനിച്ച നാസർ ഇ

പ്പോൾ എവിടെയായിരിക്കും. ഇതൊക്കെ ഓർത്തു നോക്കവെ കണ്ണുകൾ നിറഞ്ഞൊഴുകി. ഇതുവരെയും ഓർമ്മിക്കാത്തവരെയൊക്കെയും അറിയാതെ ഓർമ്മ വന്നു.

ആരാണ് ഇവിടെ കൊണ്ടു വന്നിട്ടത്, എന്തിനാണ്? തട്ടിക്കൊണ്ടു വന്നതാണെങ്കിൽ ആരെങ്കിലും വന്ന് ചോദിക്കണ്ടേ? വന്നകാലത്ത് ഇട്ടിരിക്കുന്ന ഉടുപ്പാണ്. അതിപ്പോ കീറാത്തയിടം ബാക്കിയില്ല. വിയർപ്പിനു നാറ്റമില്ല, പല്ലിൽ നിന്നും ചെവിയിൽ നിന്നും അഴുകിയ ഗന്ധമില്ല. മുടിയും താടിയും നീണ്ടു വളർന്ന് പലപ്പോഴും കാഴ്ചകൾ തന്നെ മറഞ്ഞിരിക്കുന്നു. മുറിയിലെങ്ങും മൂത്രത്തിന്റെ ഗന്ധം ഘനീഭവിച്ചു നിൽക്കുന്നുണ്ട്. പക്ഷേ, അതിന്റെ ഗന്ധം പോലെ മനസ്സിലാക്കാനാവുന്നില്ല. എഴുന്നേറ്റു നിൽക്കുമ്പോൾ വേച്ചു പോകുന്നുണ്ട്. രണ്ടു ദിവസമെങ്കിലും ആയിട്ടുണ്ടാവും ഭക്ഷണം കിട്ടിയിട്ട്. ഭക്ഷണം കിട്ടുന്നതു നോക്കി ദിവസങ്ങളെണ്ണാൻ ശീലിച്ചിരിക്കുന്നു. അതൊരു നല്ല കണക്കാണെന്നു തോന്നി. തിന്നുന്നതു നോക്കി, ദിവസങ്ങൾ അളക്കുന്ന രീതി.

ഇത്രയും ദിവസം ഭക്ഷണത്തിന് ഇടവേളയുണ്ടായിട്ടില്ല. ഇപ്പോൾ എന്ത് സംഭവിച്ചു കാണും? ഇവിടെ കൊണ്ടു വന്നിട്ടിരിക്കുന്നവർക്കും മടുത്തു കാണുമോ? ഇഴഞ്ഞ് ഇഴഞ്ഞ് വാതിലിനടുത്തുവരെ ചെന്നു. മെല്ലെ, സർവ്വശക്തിയുമെടുത്തു വലിച്ചു നോക്കി. അതു പൂട്ടിയിട്ടില്ലായിരുന്നു. ഒച്ചയോടെ അത് മലർക്കെ തുറന്നു. അവിടെങ്ങും ആരുമില്ലായിരുന്നു. പതുക്കെ ഭിത്തിയിൽ പിടിച്ച് ഇടനാഴിയിലൂടെ നടന്നു. വലിയൊരു ഗോഡൗൺ പോലെ തോന്നിച്ച സ്ഥലമായിരുന്നു അത്. വീതിയേറിയ വലിയൊരു ഹാൾ കടന്ന് ചെല്ലുന്നത് താഴേയ്ക്കുള്ള ചവിട്ട് പടിയിലായിരുന്നു. അത് കയറിയിറങ്ങി ചെല്ലുന്നത് നീളമേറിയ ഷട്ടർ ഇട്ടിരിക്കുന്ന ഒരിടത്തേക്ക്. സാധനങ്ങൾ കയറ്റാനായി വലിയ ട്രക്കുകൾ കയറാനുള്ള വെയർ ഹൗസ് പോലെ തോന്നിച്ചു അത്. എവിടെയാണെന്നും ആരെങ്കിലും അവിടെയുണ്ടോയെന്നും ആദ്യം ഭയപ്പാടോടെയും പിന്നീട് ഉദ്വേഗത്തോടെയും നോക്കി. അവിടെയെങ്ങും ഒരു മനുഷ്യസാന്നിധ്യമുള്ളതായി തോന്നിയില്ല. അതോടെ കുറച്ചു നേരം നിലത്തു കുത്തിയിരുന്നു.

അവിടൊരു വീപ്പയിൽ വെള്ളം കെട്ടികിടക്കുന്നു. അത് കണ്ടതോടെ, വല്ലാത്തൊരു ഭ്രാന്തോടെ അതിനടുത്തേക്ക് ചെന്നു. അതിനുള്ളിൽ കൂത്താടി കുത്തിച്ചാടുന്നു, കെട്ടിക്കിടക്കുന്ന വെള്ളത്തിന്റെ നാറ്റവും പാട പോലെ മുകളിൽ കെട്ടിക്കിടക്കുന്നതും ആദ്യം

അറപ്പുണ്ടാക്കി. ഒന്നും നോക്കിയില്ല, പറ്റാവുന്നത്ര വെള്ളം കൈക്കുമ്പിളിൽ കോരി കുടിച്ചു. ഇത്ര മാത്രം ആർത്തി വെള്ളത്തിനോട് ഇതു വരെ തോന്നിയിട്ടില്ല. കുറച്ചെടുത്തു മുഖം കഴുകി, കുറച്ച് തലയിലൂടെ ഒഴിച്ചു. തല കുറച്ചു നേരം അതിനകത്തു ഇറക്കിവച്ചു, ശ്വാസം മുട്ടിയപ്പോൾ മാത്രമാണ് പുറത്തെടുത്തത്. പിന്നീട് അത് വാരിക്കോരി ദേഹത്താകാ തേച്ചുപിടിപ്പിച്ചു. ആഹാ എന്തൊരു സുഖം. ഇതാണ് ജീവിതത്തിലെ ഏറ്റവും വലിയ സുഖം.

കുറച്ചു നേരത്തെ അന്വേഷണത്തിനു ശേഷം, താഴ്ത്തിയിട്ട വലിയ ഷട്ടറിനു ഇടയിലൂടെ ഒരാൾക്ക് നൂണ്ടു പുറത്തു കടക്കാമെന്നു കണ്ടു. കെട്ടിടത്തിനു പുറത്ത് എത്തിയപ്പോഴാണ് മനസ്സിലാക്കിയത്, അതൊരു മരുഭൂമിയുടെ നടുവിലാണ്. എവിടേക്ക് പോകാൻ, ആരോട് ചോദിക്കാൻ. കുറേ കാലം കൂടി പുറത്തെ പ്രകാശം കണ്ടിട്ടാവണം, സന്ധ്യയാണോ, പുലർച്ചയാണോ എന്നു തിരിച്ചറിയാൻ കഴിഞ്ഞില്ല. ഏങ്ങി വലിഞ്ഞ് കുറേ ദൂരം നടന്നു നോക്കി. രക്ഷപ്പെടാനാവില്ലെന്ന് തോന്നിയപാടെ തിരിച്ചു വന്നു. കുറേയേറെ നേരം ആ വലിയ കെട്ടിടത്തിന് പുറത്ത് തന്നെ ഇരുന്നു.

ആവുന്നത്ര ശക്തിയിൽ, തൊണ്ട പൊട്ടുമാറുച്ചത്തിൽ കാറി നോക്കി. ആ ശബ്ദത്തിനു പ്രതിധ്വനി പോലുമില്ലായിരുന്നു. അവിടെങ്ങും ഒരു ജീവജാലം പോലും ഉണ്ടെന്നു തോന്നിയില്ല. കാറ്റ് മാത്രം ശബ്ദമുണ്ടാക്കി അടിച്ചു. എന്റെ ബദരീങ്ങളെ എന്തൊരു വിധിയാണിത്. ഇവിടെ കിടന്ന് മയ്യത്തായി ചീഞ്ഞളിയുന്നതിലും ഭേദം വല്ല മൃഗങ്ങൾക്കും ഭക്ഷണമാകുന്നതായിരുന്നു. രാത്രി കനത്ത് വരികയാണ്. ആകാശത്ത് പ്രകാശം പൊഴിക്കുന്ന നക്ഷത്രങ്ങൾ. അത് ചിരിക്കുന്നുണ്ട്. ഇത് സ്ഥലം ബസ്ര തന്നെയാവുമോ? ആയിരത്തൊന്നു രാവുകളിൽ ഷഹരിയാർ രാജാവിനെ കഥ പറഞ്ഞു കേൾപ്പിച്ച ഷഹറസാദിന്റെ ബസ്ര.

കാറ്റിന് വല്ലാത്ത തണുപ്പുണ്ട്. പക്ഷേ, കുളിരില്ല. അഗ്നിപർവ്വതങ്ങളിൽ കൊടുങ്കാറ്റടിച്ചാൽ എന്ത് കുളിരാനാണ്. ഇനി കെട്ടടങ്ങുക മാത്രമാണ്. എല്ലാം വിധി. പുറത്ത് കിടന്ന്, വല്ല കഴുകനും കൊത്തിപ്പറിക്കുന്നതിലും ഭേദം അകത്ത് കിടക്കുന്നതാണ്. ജീവനുള്ളിടത്തോളം ജീവിക്കട്ടെ. വല്ലാതെ തണുത്തപ്പോൾ ഇറങ്ങിയതു പോലെ വീണ്ടും കെട്ടിടത്തിനുള്ളിലേക്ക് നൂണ്ടു കയറി.

എപ്പോഴോ ഉറങ്ങി, ബോധം നഷ്ടപ്പെട്ടു എന്നു പറയുന്നതാവും ശരി.

*–3–*

എന്റെ പേര് നഫീസ, ഞാൻ പറയുന്നത് താങ്കൾക്ക് മനസിലാകുന്നുണ്ടോ? ഇംഗ്ലീഷ് താങ്കൾക്ക് മനസിലാകുന്നുണ്ടോ? താങ്കളുടെ രാജ്യമേതാണ്? പാക്കിസ്ഥാൻ ആണോ? എന്താണ് താങ്കൾക്ക് സംഭവിച്ചത്?

ഞാനൊന്നും മിണ്ടിയില്ല. ഞാനൊരു ആശുപത്രിയിലാണ്. എന്നോടു ചോദ്യങ്ങൾ ചോദിക്കുന്നത് ഒരു ഡോക്ടറാണെന്നു തോന്നുന്നു. നല്ല സുന്ദരിയായ യുവതി. അവളോടൊപ്പം വേറെയും രണ്ടു പേർ കൂടിയുണ്ട്. ഞാൻ കുറച്ചു നേരം അവരെ നോക്കി കിടന്നു. പിന്നെ വാവിട്ടു കരഞ്ഞു. ആ പെൺകുട്ടി എന്റെയടുത്തു വന്നു, ഒരു ടിഷ്യു പേപ്പർ ഉപയോഗിച്ചു കണ്ണുനീർ തുടച്ചു. എന്നിട്ട് പറഞ്ഞു, താങ്കൾ ജീവിച്ചിരിക്കുന്നു. അതു മാത്രം കരുതുക. എന്തെങ്കിലും ചോദിക്കാനുണ്ടോ?

ഞാൻ ചോദിച്ചു, ഇന്ന് ഏതാഴ്ചയാണ്?

ഇത് വെള്ളിയാഴ്ച രാവാണ്. രണ്ടു ദിവസമായി ഇവിടെ എത്തിയിട്ട്. ഇന്നാണ് താങ്കൾക്ക് ബോധം തെളിഞ്ഞത്. താങ്കൾ ഇപ്പോൾ ഖർമാനിലെ ആശുപത്രിയിലാണ്.

പറയു, താങ്കൾ ഏതു രാജ്യക്കാരനാണ്?

ഞാൻ ഇന്ത്യനാണ്!

ഓ, ഇന്ത്യൻ, താങ്കൾക്ക് അറബി അറിയാമോ?

ഞാനൊന്നും മിണ്ടിയില്ല. അവർ തിടുക്കപ്പെട്ട് മുറിവിട്ട് പോവുകയും പകരം ഒരു നേഴ്സ് എത്തുകയും ചെയ്തു. അത് മലയാളിയായിരുന്നു, നേഹ ജോർജ്. കാഞ്ഞിരപ്പള്ളിക്കാരി. അവളെന്നെ അച്ചായാ എന്നു വിളിച്ചു. രണ്ടു ദിവസം കൊണ്ട് വാർഡിലേക്ക് എന്നെ ഷിഫ്റ്റ് ചെയ്തു. താടിയും മുടിയും കളഞ്ഞു. നേഹ പറഞ്ഞാണ് ഞാനറിഞ്ഞത്, ഞാൻ ഇറാനിലാണ്. ഓഫ് റോഡിങ്ങിനായി മരുഭൂമിയിലെത്തിയ അറബികളാണത്രേ എന്നെ ഈ കോലത്തിൽ കണ്ട് ഇവിടെയാക്കിയിട്ട് പോയത്. എന്താണ് സംഭവിച്ചതെന്ന് അവൾ ഇടവിട്ടു ചോദിക്കുന്നുണ്ടായിരുന്നു. എനിക്കൊന്നും അറിഞ്ഞു കൂടായിരുന്നു. ഞാൻ ഫാത്തിമയുടെ ഫോൺ നമ്പർ ഓർമ്മിക്കാൻ ശ്രമിച്ചു, ഓഫീസിലെയും വീട്ടിലെയും സുഹൃത്തുക്കളുടെയും ആരുടെയും നമ്പറുകൾ എനിക്ക് ഓർമ്മ വന്നില്ല. മൂന്നാം നാൾ ഇന്ത്യൻ കോൺസുലേറ്റിലേക്ക് എന്നെക്കുറിച്ച് ഇൻഫർമേഷൻ കൊടുത്തതനുസരിച്ച്, അവർ ഫോണിൽ വിളിച്ചു. ബന്ദർഅബാസിൽ നിന്നാണ് വിളി. അവിടേക്ക് ചെല്ലാനാവുമോയെ

ന്ന് ചോദിച്ചു. ചെല്ലാമെന്ന് ഞാൻ പറഞ്ഞു, എങ്ങനെ, എപ്പോൾ, എന്നൊന്നും എനിക്കറിയില്ല. പക്ഷേ, എന്നെ ജീവിപ്പിച്ച പരമാകാരുണികനു വേണ്ടി ഞാൻ പോവും.

ഞാൻ നേഹയോട് ചോദിച്ചു, എനിക്ക് ഇത്തിരി പണം തരാമോ? ഇറാനിലെ പണത്തിന്റെ മൂല്യമെത്രയാണെന്നു പോലും എനിക്കറിയില്ല. അവൾ തരുന്ന പണം കൊണ്ട് എനിക്ക് നാട്ടിലെത്താൻ കഴിയുമോയെന്നും അറിയില്ല. അവൾ പറഞ്ഞു, ഞാൻ ബന്ദർഅബാസിലേക്ക് വരാം. ആഴ്ചാവസാനം ആവട്ടെ.

നേഹയുടെ സുഹൃത്ത് എന്നെ കാണാൻ വന്നു. കോട്ടയംകാരൻ ജൂബി ജോൺ. അയാൾക്ക് കാറുണ്ട്. അയാളാണ് പറഞ്ഞത് ബന്ദർ അബാസ് വളരെ ദൂരക്കൂടുതലുള്ള സ്ഥലമാണെന്നും ബസിൽ കയറ്റി വിടാമെന്നും ആവശ്യത്തുള്ള പണം തരാമെന്നും. നേഹയ്ക്ക് എതിർക്കാൻ കഴിഞ്ഞില്ല. അവളെന്നെ സഹതാപത്തോടെ നോക്കി.

ജൂബി ബന്ദർഅബാസിലെ അയാളുടെ സുഹൃത്തിനെ വിളിച്ച് എനിക്ക് പരിചയപ്പെടുത്തി, എനിക്ക് ഇന്ത്യയിലേക്ക് ഒരു ടിക്കറ്റ് എടുത്ത് നൽകണമെന്നും വിസയില്ലാതെ ഇവിടെ വന്നു കുടുങ്ങിയതാണെന്നും, കുവൈറ്റിൽ നിന്നും അറബി തല്ലിയോടിച്ചതാണെന്നുമൊക്കെ അയാൾ ചില കെട്ടുകഥകൾ പറഞ്ഞപ്പോൾ, ആളെ ആദ്യം കാണട്ടെ, കുഴപ്പക്കാരൻ വല്ലതുമാണോ നോക്കട്ടെ എന്നു പറയുന്നത് ഞാൻ കേട്ടു. ഞാനൊന്നും മിണ്ടിയില്ല. എനിക്ക് സ്വന്തമായി ഈ ആശുപത്രി വിലക്കു വാങ്ങാൻ കെൽപ്പുണ്ടെന്നു പോലും ഞാൻ പറഞ്ഞില്ല. എന്റെ ജോലിക്കാർ നിങ്ങളേക്കാൾ ശമ്പളം പറ്റുന്നവരാണെന്നും എനിക്കു പറയണമെന്നുണ്ടായിരുന്നു. പക്ഷേ, നാവ് പൊന്തിയില്ല.

എന്തായാലും, നാലു നാൾ കഴിഞ്ഞപ്പോൾ നേഹ എനിക്ക് ഒരു ജോടി വസ്ത്രങ്ങൾ വാങ്ങിതന്നു. അതെനിക്ക് തീരെ ചേരുന്നുണ്ടായിരുന്നില്ല. പാന്റിനൊപ്പമുള്ള ചെരിപ്പ് എന്റെ കാലിന് തീരെ യോജിക്കുന്നുണ്ടായിരുന്നില്ല. അടിവസ്ത്രങ്ങൾ എനിക്ക് ആത്മവിശ്വാസം തന്നില്ല. പ്രതിബിംബത്തിൽ ഒരു കോമാളിയെ പോലെയായിരിക്കുന്നു ഞാൻ. എന്നാൽ അത് അവൾ കണ്ടില്ലെന്നു നടിച്ചു.

ഞാൻ ബന്ദർഅബാസിൽ ബസ് ഇറങ്ങി. ഒരു ദിവസത്തെ അധ്വാനത്തിനു ശേഷമാണ് എനിക്ക് ജൂബിയുടെ സ്നേഹിതനെ കണ്ടെത്താൻ കഴിഞ്ഞത്. അയാളെന്നെ അവിടുത്തെ ഒരു ഹോട്ടലി

ലേക്ക് കൊണ്ടു പോയി. അതൊരു ഇന്ത്യൻ റസ്റ്റോറന്റായിരുന്നു. അവിടെ അയാളെനിക്ക് വയറു നിറയെ ഭക്ഷണം വാങ്ങിത്തന്നു. ഇനിയെന്നെ കോൺസുലേറ്റിലേക്കും അവിടെ നിന്നും എയർപോർട്ടിലേക്കും കൊണ്ടുവിടും. എല്ലാത്തിനും അന്ത്യമായിരിക്കുന്നു. ദൈവം എത്ര കരുണാമയനാണ്. എത്ര പെട്ടെന്നാണ് ജീവിതത്തിലേക്ക് വെളിച്ചം വീണത്. മരിച്ചു പോകുമെന്നു തോന്നിയിടത്തു നിന്നും കൈപിടിച്ചു കയറ്റിയിരിക്കുന്നു. എത്ര സ്നേഹനിധികളാണ് ചുറ്റുമുള്ള മനുഷ്യർ. ഞാൻ ഉള്ളാലെ എല്ലാവർക്കും നന്ദി പറഞ്ഞു. രക്ഷപ്പെടുന്നു എന്ന സന്തോഷം കാരണം ശരിക്കും ശ്വാസമെടുക്കാൻ കഴിഞ്ഞില്ല. അറിയപ്പെടാത്ത ഒരിടത്തെ കുഴിയിൽ നിന്നും ഞാനിതാ എന്റെ രാജ്യത്തേക്ക് തിരിച്ചെത്താൻ പോകുന്നു. എല്ലാത്തിനും നന്ദി, എന്റെ ദൈവമേ!

സന്തോഷത്തിന് നിമിഷങ്ങളുടെ ആയുസേ ഉണ്ടായിരുന്നുള്ളു. എന്റെ ധാരണകളെല്ലാം തെറ്റി. അവിടുത്തെ അടുക്കളയിലേക്കാണ് ഞാൻ ആനയിക്കപ്പെട്ടത്. ഒരു മാസത്തോളം ഞാൻ അവിടെ നരകിച്ചു. രാത്രിയെന്നോ പകലെന്നോ ഇല്ലാതെ തിന്നാൻ മാത്രം കിട്ടുന്നതു കൊണ്ട് ഞാൻ വേറെയെവിടെയും പോകാതെ അവിടെ തന്നെ കഴിച്ചു. ഒരു ദിവസം അയാൾ എന്നെ കോൺസുലേറ്റിലേക്ക് കൂട്ടിക്കൊണ്ടു പോകാൻ വരുമെന്നു തന്നെ പ്രത്യാശിച്ചു. ഇതിനകം എന്റെ കൈയിൽ നിന്നും നേഹയുടെ ഫോൺ നമ്പറും നഷ്ടപ്പെട്ടിരുന്നു. എല്ലാ ആശകളും നഷ്ടപ്പെട്ട ദിവസമാണ്, ഇത്തിരിപ്പോന്നയിടത്ത് നിസ്കരിച്ച് എഴുന്നേൽക്കുമ്പോൾ പാക്കിസ്ഥാനി അലി എന്നോട് പറയുന്നത്, ഇന്ത്യൻ കോൺസുലേറ്റിൽ ഇഫ്താർ പാർട്ടി ഉണ്ടെന്നും, അനധികൃതമായി താമസിക്കുന്നവരെ കയറ്റി വിടാൻ ഈ സമയത്ത് സൗകര്യമേർപ്പെടുത്തിയിട്ടുണ്ടെന്നും. എനിക്ക് നിർവികാരതയായിരുന്നു.

അധികം അകലയെല്ലാത്ത കോൺസുലേറ്റിൽ പോയി രാവെളുക്കുവോളം നിന്നിട്ടും ആരെയും കണ്ടില്ല. ആരും അകത്തേക്ക് കയറ്റിവിട്ടതുമില്ല. അല്ലെങ്കിൽ തന്നെ ഇനിയെന്തിന് ഇവിടം വിട്ടു പോവണം. ജീവിതം നഷ്ടപ്പെട്ടു കഴിഞ്ഞു. ഇനി വേറൊരു മാർഗമില്ല. മൂന്നു നേരം തിന്നാൻ കിട്ടുന്നു, ആളൊഴിഞ്ഞ മൂലയിൽ കിടക്കാൻ കഴിയുന്നു. ഇങ്ങനെയൊക്കെ ജീവിതം മുന്നോട്ടു പോവുക തന്നെ. ആഗ്രഹങ്ങളും പ്രതീക്ഷകളും ഒക്കെ ഏതാണ്ട് നഷ്ടപ്പെട്ടു കഴിഞ്ഞിരിക്കുന്നു. ഞാനിപ്പോൾ നന്നായി മാവ് കുഴയ്ക്കും, അടുപ്പിനടത്തു നിന്ന് റോട്ടിയുണ്ടാക്കും, ഖൊരേഷത്തും ദിസിയുമുണ്ടാക്കും.

അപ്പോഴാണ് അലി ഒരാളെ സ്വകാര്യമായി പരിചയപ്പെടുത്തുന്നത്, അബ്ബാസ് അക്തർ. ബന്ദർഅബാസിൽ നിന്നും ഒരു ഓയിൽ ടാങ്കർ റാസൽഖൈമയിലേക്ക് പോകുന്നുണ്ട്. അതിൽ കടക്കാം. രണ്ടു ലക്ഷം റിയാൽ കൊടുക്കണം. രണ്ടു ലക്ഷം റിയാൽ! ഞാനൊന്നും മിണ്ടാതെ ഭൂമിയിലേക്ക് നോക്കി നിന്നു. ഞാൻ എവിടേക്ക് പോകാനാണ്. അബ്ബാസ് പറഞ്ഞു, നിനക്ക് ഭക്ഷണം ഉണ്ടാക്കാൻ അറിയാമല്ലോ, കപ്പലിന്റെ അടുക്കളയിൽ എന്റെ കൈയാളായി നിന്നോളൂ. ഞാൻ നോക്കിക്കോളാം. പക്ഷേ, നീയൊരു ധനികനാണെന്നും നിനക്ക് അബുദാബിയിൽ വലിയ ബിസിനസ് സാമ്രാജ്യങ്ങളുണ്ടെന്നും സുന്ദരിയായൊരു ഭാര്യയുണ്ടെന്നും ഇവൻ പറയുന്നു. ശരിയാണോ? അബ്ബാസ് ചോദിക്കുകയാണ്, ശരിയാണ്. നിന്നെ എമിറേറ്റ്സിലെത്തിച്ചാൽ നീ എന്നെ സഹായിക്കുമോ?

എന്റെ കണ്ണുകൾ നിറഞ്ഞു, അള്ളായെ പ്രതി ഞാൻ പറയുന്നു, എനിക്ക് വേറെ മാർഗ്ഗമില്ല. എന്റെ കൈയിലൊരു സമ്പാദ്യവുമില്ലായിരുന്നു. പക്ഷേ, എനിക്ക് കൂലിയായി തരാൻ നിശ്ചയിച്ചിരുന്ന പണത്തിന്റെ നാലിലൊന്ന് എനിക്ക് കിട്ടി. അതിനെനിക്ക് നുണ പറയേണ്ടി വന്നു. കിട്ടിയത്, ഞാനത് അലിയുടെ കൈയിൽ കൊടുത്തു. മുൾട്ടാനിലാണ് അയാളുടെ വീട്. എട്ട് പെൺമക്കളാണ് അയാൾക്ക്. അവരിലാർക്കെങ്കിലും എന്തെങ്കിലും ചെയ്തു കൊടുക്കാൻ ഞാൻ ആവശ്യപ്പെട്ടു. അലി പറഞ്ഞു, വേണ്ട, വഴിച്ചിലവിന് ഇരിക്കട്ടെ! ഞാൻ കരഞ്ഞു പോയി.

*-4-*

ഒരിക്കലും പതിവില്ലാത്ത വിധം, റാസൽഖൈമയിൽ വച്ച് പോർട്ട് ഉദ്യോഗസ്ഥർ കപ്പലിലേക്ക് കയറി വന്നു. എന്നോട് പാസ്പോർട്ട് ചോദിച്ചു. ഞാൻ അക്തർ അബ്ബാസിനെ തിരഞ്ഞു. അയാളെ അവിടെയെങ്ങും കണ്ടില്ല. എനിക്ക് മറുപടി ഉണ്ടായില്ല. അവർ എന്നെ പലേടത്തും കൊണ്ടു പോയി. ഒരിടത്തു വച്ചു വിലങ്ങുവച്ച് നടുവിന് മുട്ടു കൊണ്ട് ആഞ്ഞൊരു ഇടി തന്നു. മിന്നൽപ്പിണർ ശരീരത്തിലൂടെ പാഞ്ഞു പോകുന്നതു പോലെയായിരുന്നു അത്. പള്ളയ്ക്ക് ഒരു പിടുത്തവും കിട്ടി. ഞാൻ അലറിക്കരഞ്ഞു പോയി. ഒരിക്കൽ കൂടി അയാളത് ആവർത്തിക്കവെ തെറി പറഞ്ഞതിൽ നിന്നും അതൊരു മലയാളിയാണെന്ന് ഞാൻ തിരിച്ചറിഞ്ഞു. മലയാളിയാണോ? ഞാൻ കരഞ്ഞു കൊണ്ട് ചോദിച്ചു. ആണെങ്കിൽ നീയെന്നെ അങ്ങ് മൂക്കിൽ കേറ്റുമോടാ,..? അയാളെന്നെ പലവട്ടം

തെറിവിളിച്ചു.

ഞാനൊന്നും മിണ്ടിയില്ല, ഓരോ പെരുന്നാളിനും എത്ര യെത്ര മലയാളികളെ ജയിലുകളിൽ നിന്നുമിറക്കാൻ എത്രയോ ദിർ ഹങ്ങൾ വാരിയെറിഞ്ഞതാണ് ഞാൻ. ഇപ്പോഴിതാ വിധിയുടെ വൈ രുധ്യം എന്നല്ലാതെ എന്തു പറയാൻ. റാസൽഖൈമ സെൻട്രൽ പ്രി സണിന്റെ ഉള്ളറകളിൽ കിടന്നു നരകിക്കാനാവും എന്റെയും വി ധി. ആരെങ്കിലുമെന്നെ ഇറക്കാൻ ഒരിക്കൽ വരുമായിരിക്കും. എന്റെ അള്ളാ, എന്നെ കൈവിടില്ലെന്ന് എനിക്കറിയാം. എന്നെ, നീണ്ട ജ യിൽശിക്ഷ കഴിഞ്ഞ് ഒരു ദിവസം ഇവിടെ നിന്ന് നാടുകടത്തും. അതാവാം പരമകാരുണ്യവാൻ എനിക്ക് വേണ്ടി കാത്തുവച്ചിരിക്കു ന്നത്. ഞാൻ കണ്ണുകളടച്ചു ഭിത്തിയിൽ ചാരിയിരുന്നു. കണ്ണുകൾ നിറഞ്ഞൊഴുകിയത് തുടയ്ക്കാൻ ഞാൻ മെനക്കെട്ടില്ല.

ജയിലിൽ കിടക്കുമ്പോഴും ഒന്നു വിളിച്ചാൽ കേൾക്കാവുന്ന അക ലത്തിൽ എന്റെ ആരൊക്കെയോ ഉണ്ടെന്ന ബോധ്യമെനിക്കുണ്ടാ യിരുന്നു. ഞാനീ ഗതിയിൽപ്പെട്ടിട്ട് രണ്ടര വർഷം കഴിഞ്ഞിട്ടുണ്ട്. നാസർ ജീവിച്ചിരിപ്പുണ്ടോ? അല്ലെങ്കിൽ ഫാത്തിമയെ എങ്കിലും ഈ വിവരം അറിയിക്കാൻ കഴിഞ്ഞാൽ, എനിക്ക് ഇവിടെ നിന്നും രാജകീയ സ്വീകരണം ലഭിക്കും. പക്ഷേ, അതിനു പോലും എനിക്ക് കഴിയുന്നില്ല. ഞാനെന്റെ വിധിയെ പഴിച്ചു. എല്ലാവരും തൊട്ടടു ത്തുണ്ട്. എമിറേറ്റ്സ് എന്റെ സ്വന്തം നാടു തന്നെയാണ്. എനിക്ക് എല്ലാം തന്ന നാടാണിത്. അവിടെയാണ് ഞാൻ ജയിലിൽ കിടക്കു ന്നത്. എനിക്ക് ഇവിടെ നിന്നും വീടെത്താൻ കഴിയുമെന്നു തന്നെ വിചാരിച്ചു.

*-5-*

ആശുപത്രി കിടക്കയിലാണ് ഞാൻ. ജയിലിൽ വച്ച് അടിപിടി യുണ്ടാക്കിയവരെ പിടിച്ചുമാറ്റാൻ ശ്രമിച്ചതാണ്. നന്നെ മെലിഞ്ഞി രുന്ന എന്നെ കൂട്ടത്തിലൊരാൾ കാലിൽ പിടിച്ചാണ് ഭിത്തിയിലേക്ക് അടിച്ചത്. ജീവൻ തിരിച്ചു കിട്ടിയത് മുജന്മഭാഗ്യമെന്നേ പറയേണ്ടു. കൈക്ക് ഒടിവുണ്ട്. തലയ്ക്ക് നല്ല മുറിവുണ്ട്. നടുവിനു വിട്ടുമാ റാത്ത വേദനയുണ്ട്. മൂത്രം പോകാൻ ട്യൂബ് ഇട്ടിരിക്കുന്നു. ജീവൻ പോയിട്ടുണ്ടോയെന്നു നോക്കാനാവണം, ഇടയ്ക്കിടെ ഐസിയു വിൽ നേഴ്സുമാർ വന്നു നോക്കി കൊണ്ടിരുന്നു. പക്ഷേ, വളരെ പെട്ടെന്നാണ് ഞാൻ മരുന്നുകളോട് പ്രതികരിച്ചതും രോഗാവസ്ഥ യിൽ നിന്നു തിരിച്ചുവന്നതും. വൈകാതെ തന്നെ എന്നെ വാർഡി

ലേക്ക് മാറ്റാമെന്ന് പലസ്തീനിയൻ ഡോക്ടർ പറഞ്ഞു. എനിക്ക് ജീവിതം തിരിച്ചു കിട്ടുന്നു. അയാളാണ് എന്നോട് ചോദിച്ചത്, നിങ്ങൾ എങ്ങനെ ജയിലിൽ വന്നു?

അനധികൃതമായി ഇവിടേക്ക് കടക്കാൻ ശ്രമിച്ചതിന് പോർട്ട് പിടിച്ചതാണെന്ന് കൂടെയുള്ള നേഴ്സ് എന്റെ ജയിൽ ഹിസ്റ്ററി നോക്കിയിട്ട് പറഞ്ഞു.

അതെ, അന്യായമായി ഇവിടേക്ക് കടക്കാൻ ശ്രമിച്ചവനാണ് ഈ ഞാൻ. ഈ നാട് എന്റെയാണ്. എന്റെ വിയർപ്പുകളെത്ര ഇവിടെ വീണിരിക്കുന്നു. ഈ മണ്ണിൽ ഞാനെത്ര നിസ്ക്കരിച്ചിരിക്കുന്നു. എത്ര വാങ്ക് വിളികൾക്ക് ഞാൻ കാത്തിരുന്നിട്ടുണ്ട്. എന്നിട്ടും ബദരീങ്ങളെ, എന്നെയിതു കേൾപ്പിക്കുന്നതെന്തിന്?

ഗോൾഡൻ വിസയ്ക്ക് വേണ്ടി കാത്തിരിക്കുന്ന ഒരാളായിരുന്നു രണ്ടരവർഷം മുന്നേ വരേ. ഇപ്പോഴിതാ, അനധികൃതനായിരിക്കുന്നു. സ്വന്തമായി ഒന്നുമില്ല, ഇഖാമയും ഐഡിയും പാസ്പോർട്ടും യാതൊന്നുമില്ല, ജീവിച്ചിരിക്കുന്നുവെന്നതിനു പോലും അടയാളമില്ല, ഒരു രാജ്യത്തിന്റെയും അടയാളം പേറുന്നവനല്ല, കണ്ടാൽ പോലും തിരിച്ചറിയാനാകാത്ത വിധം മാറിയ ഒരാളായിരിക്കുന്നു.

ഇന്ത്യക്കാരനാണെന്നു മാത്രം പറഞ്ഞൊപ്പിച്ചു. ഒന്ന് ഇരുത്തി മൂളിയിട്ട് ഡോക്ടർ മാത്രം മുറിവിട്ടു പോകുമ്പോഴേയ്ക്കും ജയിൽ അധികൃതർ എത്തിയിരുന്നു. ഇനി ചികിത്സയൊക്കെ അങ്ങ് ജയിൽ വാർഡിൽ. വൈകാതെ ജഡ്ജിനു മുന്നിലെത്തിക്കാനായി കോർട്ടിലേക്ക് മാറ്റും. വലിയ സമയമൊന്നും വേണ്ടിവരില്ല, പക്ഷം പറയാൻ വക്കീൽ ഇല്ലാത്തിടത്തോളം ഇതൊക്കെ ഒരു ചടങ്ങു മാത്രം. നാടുകടത്തപ്പെടുന്നതിനു മുന്നേയുള്ള രാജ്യാന്തര മുഖം രക്ഷിക്കൽ. എല്ലാത്തിനും നിന്നു കൊടുക്കുക എന്നതു മാത്രമാണ് ഇനി രക്ഷ. എന്തെങ്കിലും പറഞ്ഞാൽ അവരുടെ തെറിയും മർദ്ദനവും ഏൽക്കേണ്ടി വരും. പുതിയതായി വരുന്നവരെല്ലാം നന്നായി ഉപദ്രവിക്കാറുണ്ട്.

എന്റെ ഭാഗ്യത്തിനായിരിക്കണം, തലയിലെ മുറിവിൽ നിന്നും പഴുപ്പ് വരാൻ തുടങ്ങി. ഇൻഫെക്ഷൻ! അതോടെ ആശുപത്രിയിൽ തന്നെ കിടത്താൻ തീരുമാനമായി. ഈ അവസ്ഥയിൽ ജയിൽ വാർഡിലേക്ക് മാറ്റിയാൽ അത് കൂടുതൽ പ്രശ്നമാവും എന്ന് ഡോക്ടർ റിപ്പോർട്ട് എഴുതി. എനിക്ക് പലപ്പോഴും തല പിളർന്നു പോകുന്നതു പോലെ തോന്നി. എല്ലാം അനുഭവിക്കാൻ ഇങ്ങനെ ജീവൻ നിലനിർത്തുന്നതെന്തിന് എന്നു പലവട്ടം ഉള്ളാലെ ചോദി

ച്ചു. കാരുണികനായ അള്ളാഹുവിന് എനിക്ക് മേൽ എന്തെങ്കിലും പദ്ധതിയുണ്ടായിരിക്കണം. അല്ലാതെ എന്ത്. എന്നെക്കുറിച്ച്, എനിക്കറിയാവുന്നതെല്ലാം ആരോടെങ്കിലും പറയണമെന്നു തികട്ടി വന്ന ദിവസം വളരെ അവിചാരിതമായാണ് വിജയൻ മേനോൻ എന്ന പഴയ സാഹിത്യകാരൻ എന്റെ മുന്നിൽ പ്രത്യക്ഷനായത്. അത് വീണു കിട്ടിയ ഒരു കച്ചിത്തുമ്പായിരുന്നു.

സാഹിത്യക്യാമ്പുകളുടെ സ്പോൺസർഷിപ്പിനായി പലപ്പോഴും എന്നെ ഓഫീസിൽ കാണാനെത്തിയ, ഓരോ വരവിലും പുസ്തകങ്ങൾ സമ്മാനിച്ച വിജയൻ മേനോൻ. ഞാനയാളെ അത്രയൊന്നും കാര്യമായി അന്നൊന്നും മുഖവിലക്കെടുത്തിട്ടില്ല. പുസ്തകങ്ങളോടുള്ള ഇഷ്ടമായിരുന്നു അയാളോട്. അയാൾ തന്ന പുസ്തകത്തിൽ നിന്നാണ് ഞാൻ ഷഹറസാദിനെക്കുറിച്ച് കേട്ടത്. അവളുടെ കഥകളുടെ മായികലോകത്തേക്ക് ജിന്ന് എന്നെ കൂട്ടിക്കൊണ്ടു പോയത്. കടലിൽ നിന്നും കയറി വന്ന ഭൂതം പിടിച്ചെടുത്തതു പോലെ എന്റെ ജീവിതം നിന്ന നിൽപ്പിൽ മാറിയത്. പക്ഷേ, പടച്ചവൻ ഇതാ അതിനും മാർഗ്ഗമുണ്ടാക്കിയിരിക്കുന്നു. വിജയൻ മേനോന്റെ രൂപത്തിൽ രക്ഷകൻ ഇതാ മുന്നിൽ വന്നിരിക്കുന്നു. അദ്ദേഹം ഈ സൈനിക ആശുപത്രിയിലെ ഹൗസ്കീപ്പിങ് സീനിയർ മാനേജരാണ്. രോഗികളായി എത്തുന്നതെല്ലാം തടവുകാരാണ്. അതു കൊണ്ട് തന്നെ മലയാളികൾ ആരെങ്കിലും ഉണ്ടോയെന്ന് നേക്കി അന്വേഷിച്ചു വന്നതാണ്.

ഞാനൊരു മലയാളിയാണെന്നും, പലപ്പോഴും എന്റെ ഓഫീസിൽ വന്നിട്ടുണ്ടെന്നും അയാൾ ഒരിക്കലും കരുതിയില്ല. എന്റെ രൂപം വല്ലാതെ മാറിയിരിക്കുന്നു. തലയും താടിയുമൊക്കെ രോമരഹിതമായിട്ടുണ്ട്. കണ്ടാലൊട്ടും അറിയുകയില്ല. പക്ഷേ, വിജയൻ മേനോനെ എനിക്ക് പെട്ടെന്നു തിരിച്ചറിയാനായി. ഞാനത് പറഞ്ഞപ്പോൾ അയാൾ അത്ഭുതപ്പെട്ടു പോയി. അത്ഭുതപ്പെടുകയല്ല, കുറച്ചു നേരത്തേക്ക് എന്റെ വാക്കുകൾ കേട്ട് അയാൾ ഇതികർത്തവ്യതാമൂഢനായി നിന്നു പോയി എന്നു പറയുന്നതാവും ശരി. അയാൾ അബുദാബിയിൽ നിന്നും റാസൽഖൈമയിലേക്ക് വന്നിട്ട് അധിക നാളായിട്ടുണ്ടായിരുന്നില്ല. ഞാൻ പറയുന്നത് അയാൾ കേട്ടിരുന്നു.

വിജയൻ മേനോൻ എന്നെ ആശ്വസിപ്പിച്ചു, എന്നെ സഹായിക്കാമെന്നേറ്റു. ഒന്നു കൊണ്ടും വിഷമിക്കണ്ടെന്നും തളരരുതെന്നും പറഞ്ഞു. അയാൾ ഇപ്പോൾ തന്നെ എന്റെ ഓഫീസിൽ വിളിക്കും.

എന്നെ രക്ഷിക്കും. ഒടുവിൽ, പടച്ചവൻ പ്രസാദിച്ചിരിക്കുന്നു. എന്നെ തിരിച്ചറിഞ്ഞ ഒരാൾ ഇതാ മുന്നിൽ. ഇനിയെനിക്ക് ലോകത്തോട് വിളിച്ചു പറയാം, ഇതാ ഞാൻ ജീവിച്ചിരിക്കുന്നു. എല്ലാ വൈതരണികളെയും മറികടന്ന് ഞാനിതാ നിങ്ങളുടെ മുന്നിലേക്ക് വരുന്നു. എന്റെ കുട്ടികൾ, എന്റെ ഭാര്യ, എന്റെ ഓഫീസ്, എന്റെ ജീവിതം എല്ലാമെനിക്ക് തിരികെ കിട്ടിയിരിക്കുന്നു.

ഞാൻ പ്രവാചകന് നന്ദി പറഞ്ഞു. കാരുണ്യത്തിന്റെ കടാക്ഷമായ അള്ളാ, ഇതാ നിന്റെ അനുഗ്രഹത്താൽ ഞാൻ വീണ്ടും ജീവിതം തിരികെപിടിക്കുന്നു. കൈയുയർത്തി നിസ്ക്കാരത്തഴമ്പ് തിരഞ്ഞു. അവിടെ വലിയൊരു മുറിവ്കെട്ടുണ്ടായിരുന്നു. എന്നത്തെയും പോലെ കണ്ണുകൾ നിറയാതിരിക്കാൻ, പ്രത്യേകിച്ച് വിജയൻ മേനോന്റെ മുന്നിൽ കരയാതിരിക്കാൻ ഞാൻ വല്ലാതെ ശ്രദ്ധിച്ചു.

ഒടുവിൽ, അയാൾ എന്നോടു യാത്ര പറയാനൊരുങ്ങവേ ഞാൻ പറഞ്ഞു, ഫാത്തിമ അറിയരുത്, എന്റെ പേഴ്സണൽ മാനേജരോട് മാത്രം കാര്യങ്ങൾ പറയുക. പറ്റിയാൽ, ഇപ്പോൾ തന്നെ എല്ലാ സംവിധാനങ്ങളുമായി ഇവിടേക്ക് ഉടൻ വരാൻ പറയുക. എന്റെ സ്പോൺസറോടു കാര്യങ്ങൾ പറയണമെന്നും വരുമ്പോൾ എന്റെ പ്രിയപ്പെട്ട സ്യൂട്ടും കൊണ്ടുവരണമെന്നു പ്രത്യേകം പറഞ്ഞു. നിങ്ങളുടെ ഒരു ഫോൺകോൾ ധാരാളമാണ്. ദുബായിൽ നിന്നും ദയറയിൽ നിന്നും ഇവിടേക്ക് നൂറു കണക്കിനാളുകൾ ഇപ്പോൾ പ്രവഹിക്കും. ഞാൻ ജീവിച്ചിരിപ്പുണ്ട് എന്നു മാത്രം അവരോടു പറഞ്ഞാൽ മതി. എന്റെ ബദരീങ്ങളെ നന്ദി.

വിജയൻ മേനോൻ എല്ലാം ശ്രദ്ധിച്ചു കേട്ടു, എന്റെ ജീവിതം അറിഞ്ഞിട്ടാവണം അയാൾ കണ്ണടയൂരി കണ്ണുകൾ തുടയ്ക്കുന്നതു മാത്രം ഞാൻ കണ്ടു.

*-6-*

വിജയൻ മേനോനെ പിന്നീട് ഞാൻ കാണുന്നത് എയർപോർട്ടിൽ വച്ചാണ്. എന്നെ ഡീപോർട്ട് ചെയ്യാൻ വിധി വന്നിരുന്നു. കരിപ്പൂരിലേക്ക് എയർ അറേബ്യ വിമാനത്തിലാണ് എന്നെ കയറ്റിവിടുന്നത്. കൈയിലൊന്നുമില്ലാതെ ഒരു യാത്ര. ഇട്ടിരിക്കുന്ന ഉടുപ്പും ചേരാത്ത പാന്റുമിട്ട് തിരികെ നാട്ടിലേക്ക്. അവിടെ ആരാവും എന്നെ സ്വീകരിക്കാനുണ്ടാവുക എന്നോർത്ത് എനിക്ക് ഉള്ളിലൊരു ചിരി പൊട്ടി. ഇങ്ങനെ മടങ്ങിയെത്തുന്ന എന്നെ ഏതു ബന്ധു സ്വീകരി

ക്കും? ഞാൻ ഈ പറയുന്ന കഥകൾ അവർക്ക് വിശ്വസനീയമാകുമോ. കൈയിൽ, ചില കടലാസുകൾ മാത്രം. പാസ്പോർട്ടില്ല, ടിക്കറ്റില്ല, ഒരു പേഴ്സ് പോലുമില്ല. ഇതിലും ഭേദം എന്നെ ജയിലിലിട്ട് നരകിപ്പിച്ചു കൊല്ലുന്നതായിരുന്നു. എനിക്ക് വിമാനത്തിൽ കയറാൻ അകാരണമായ ഭയം തോന്നി.

വിജയൻ മേനോൻ എന്നെ കാണാനായി മാത്രം എയർപോർട്ടിൽ വന്നതാണ്. അയാൾ എന്നോടൊപ്പം എയർപോർട്ടിനുള്ളിൽ കയറി. അധികനേരം അയാൾക്ക് എന്നോട് സംസാരിക്കാനാവില്ലെന്ന് എനിക്കറിയാം. പരമാവധി അഞ്ചു മിനിറ്റ്. അയാൾക്കും അത്രയേ വേണ്ടിയിരുന്നുള്ളു. എന്റെ ഒപ്പമുണ്ടായിരുന്ന ഗാർഡ് ധൃതി കൂട്ടി. അതു വകവെക്കാതെ എന്റെ കൈയിൽ പിടിച്ചു കൊണ്ട് അയാൾ പറഞ്ഞു,

മിസ്റ്റർ നിങ്ങൾ ഇവിടെ നിന്നും കയറി പോവുന്നതു തന്നെയാണ് നല്ലത്.

ഞാനയാളെ നോക്കി ചിരിച്ചു.

അയാൾ എന്റെ മുഖത്തു നോക്കാതെ പറഞ്ഞു,

ഞാൻ നിങ്ങളെ രക്ഷിക്കാനാവതും ശ്രമിച്ചു. വിവരം നിങ്ങളുടെ മാനേജരെ ധരിപ്പിച്ചു, അവരതൊന്നും വിശ്വസിക്കുന്നില്ല. നിങ്ങൾ കൊല്ലപ്പെട്ടിരിക്കുന്നു. ഡെത്ത് സർട്ടിഫിക്കറ്റ് ഇഷ്യു ചെയ്തിരിക്കുന്നു. നിങ്ങളുടെ പേരിലുള്ള കോടിക്കണക്കിന് ഇൻഷുറൻസ് ദിർഹം അവർ നേടികഴിഞ്ഞു. നിങ്ങളുടെ കമ്പനികൾ പലരും ഏറ്റെടുത്തിരിക്കുന്നു. നിങ്ങളെ അവർ മറന്നു തുടങ്ങിയിരിക്കുന്നു. എന്തിന്, നിങ്ങളുടെ ഭാര്യ വീണ്ടും വിവാഹം കഴിച്ചിരിക്കുന്നു. നാസർ എന്നാണ് പുത്യാപ്ലയുടെ പേര്. മക്കൾ സുഖമായിരിക്കുന്നു. നിങ്ങളുടെ കമ്പനി അബുദാബിയിൽ വലിയ നിലയിലായിരിക്കുന്നു. നിങ്ങൾ ജീവിച്ചിരിക്കുന്നുവെന്ന് തെളിയിക്കാൻ ഒരു രേഖയും ഇവിടെയില്ല. നിങ്ങൾ പറയുന്നത് സത്യമാണെന്നു വെളിപ്പെടാൻ തെളിവുകൾ വേണം. അതൊന്നും നിങ്ങളുടെ കൈയിലില്ല, ഉള്ളത് കുറച്ച് അനുഭവങ്ങൾ മാത്രം, കഥകളുടെ വലിയ ദിവസങ്ങൾ ഇവിടെ പ്രയോജനപ്പെടില്ല. അഥവാ, ഇനി എല്ലാം സത്യമാണെങ്കിൽ കൂടി ഇത്രയും നാളുകൾക്ക് ശേഷം തിരിച്ചുവരുന്ന ഒരാളെ സ്വീകരിക്കാൻ ഒരുപക്ഷേ, നിങ്ങളുടെ ഭാര്യ പോലും തയ്യാറാവണമെന്നില്ല. സുഹൃത്തേ, ഒരിക്കലും ഇവിടേക്ക് തിരിച്ചു വരാത്തവിധം തിരിച്ചു പോകുന്നതാണ് നിങ്ങൾക്ക് നല്ലത്. എനിക്ക് നിങ്ങളുടെ കാര്യത്തിൽ ഒന്നും ചെയ്യാൻ കഴിയില്ലെന്ന കുറ്റബോധം കൊണ്ടാണ് ഇതുവ

രെയും വരാതിരുന്നത്. എന്നോടു ക്ഷമിക്കുക.

അയാൾ എന്റെ മറുപടിക്കു കാത്തുനിൽക്കാതെ നടന്നു. സത്യത്തിൽ അത്രയെങ്കിലും കേൾക്കാൻ അനുവദിച്ചത് കൂടെ വന്ന ഗാർഡിന്റെ സഹതാപം കൊണ്ടായിരുന്നു. അയാൾ എന്നെ മുന്നിലേക്ക് പിടിച്ചു വലിച്ചു. ഇനി സുരക്ഷാപരിശോധന, എന്നെ വിമാനത്തിന്റെ പിൻസീറ്റിലിരുത്തി, അയാളുടെ പക്കലുള്ള പേപ്പറിൽ ക്യാബിൻക്രൂ ഒപ്പിടുന്നതുവരെ അയാൾക്കു വെപ്രാളമുണ്ടാവുന്നത് സ്വാഭാവികം.

ഞാൻ ഇതിനിടയിൽ ദിവസങ്ങളെണ്ണാൻ ശീലിച്ചിരുന്നു.

ഇത് ആയിരത്തിയൊന്നാമത്തെ രാവിലേക്കുള്ള ദിവസമാണ്. കഥകളും ഉപകഥകളും കൊണ്ട് പ്രപഞ്ചത്തിലെ മുഴുവൻ നക്ഷത്രങ്ങളെയും വശീകരിച്ച ഷഹറസാദിന്റെ അവസാന ദിവസം.

ഇനിയെന്തും സംഭവിക്കാം.

വിമാനം ടേക്ക് ഓഫിന് തയ്യാറെടുത്തു.

ഠഠ

## 9
## നാർസസിസ്റ്റ്

വർക്ക് ഫ്രം ഹോം എന്ന വീട്ടുതടങ്കൽ അവസാനിച്ച് ഓഫീസിലേക്കുള്ള ഒരു മണിക്കൂർ നീണ്ട യാത്രയിലേക്ക് മടങ്ങി വന്നിട്ടേയുള്ളൂ നികിതേഷ്. നൈറ്റ് ഷിഫ്റ്റ് കഴിഞ്ഞ് ആളൊഴിഞ്ഞ നിരത്തിലൂടെ നിയോൺ വെട്ടത്തിൽ വണ്ടി ഓടിക്കണം, അത് ആസ്വദിക്കാൻ വേണ്ടിമാത്രമാണ് നികിതേഷ് ആ മുഷിപ്പൻ പണി സ്വീകരിച്ചതു പോലും.

ഒരു ഇരുപത്തെട്ടുകാരൻ എന്തുകൊണ്ടു മദ്യപിക്കുന്നില്ലെന്നും സ്റ്റഫ് ഉപയോഗിക്കുന്നില്ലെന്നും ഓർത്തില്ലെങ്കിലും അവനൊരു കാമുകി ഇല്ല എന്നു പറഞ്ഞാൽ അതത്ര വിശ്വസനീയമല്ല ഇക്കാലത്ത്, പ്രത്യേകിച്ചും ഒരു മെട്രോപൊളിറ്റൻ നഗരത്തിൽ. പക്ഷേ, അതു സത്യമായിരുന്നു. നികിതേഷ് ആരേയും പ്രണയിച്ചില്ല.

'എന്നെ ആരും സ്പർശിക്കുന്നത് എനിക്കിഷ്ടമല്ല, ആണോ പെണ്ണോ എന്നല്ല, ആരും.' നികിതേഷ് അങ്ങനെ ഉറപ്പിച്ചു പറഞ്ഞത് മഹേഷ് വാല്മീകിയോടായിരുന്നു. നികിതേഷിനോടുള്ള തന്റെ സുന്ദരപ്രണയം പറഞ്ഞ് അല്പസമയത്തിനുള്ളിൽത്തന്നെ അതൊരു അസുന്ദര സ്വപ്നം മാത്രമായി മാറുകയാണെണ് മഹേഷ് തിരിച്ചറിഞ്ഞുകഴിഞ്ഞു. എങ്കിലും ഒരിക്കൽക്കൂടി ചോദിച്ചു, 'ഡാ, ഞാനൊരു ആണായതു കൊണ്ടാണോ?'

'അല്ല, ഒരിക്കലും അല്ല. എനിക്ക് എന്നെ അല്ലാതെ മറ്റാരേയും സ്നേഹിക്കാനാകില്ല. പാതിരാവിൽ ഒറ്റക്ക് വണ്ടിയോടിച്ച്, വഴിയരികിൽ ഒറ്റയ്ക്കിരുന്ന് ഒരു ഗ്രീൻടീ കുടിച്ച് അങ്ങനെ, എന്റെ എല്ലാ സ്വപ്നങ്ങളിലും ഞാൻ മാത്രമേയുള്ളു, അതാണ്.'

പിന്നീടു വന്നത് അവന്തികയാണ്, 'ഒരു ലിവിംഗ് ടുഗദർ അല്ല നികീ, നമുക്ക് വിവാഹിതരാകാം. ഞാൻ നിന്റെ നല്ല ഭാര്യയാകാം.' അവന് അവളുടെ മുഖത്ത് നോക്കാനായില്ല. അവൾക്ക് അവന്റെ അമ്മയുടെ ഛായയുണ്ടോയെന്ന് അവൻ ഭയപ്പെട്ടു. അവൾ അടുത്തിരിക്കുമ്പോൾ അമ്മയുടെ ശരീരഗന്ധം. അതവന്റെ ഓർമ്മക

ളിൽ മുംബൈയിലെ നിയോൺ വെളിച്ചത്തിന്റെ വിശാലതയോളം നീണ്ടു പരന്നു കിടന്നു.

ഓർമ്മകളെ എന്നും ഭയപ്പെട്ടവനായിരുന്നു നികിതേഷ്. ഓർമ്മകളെ കൂട്ടുപിടിച്ച് സംസാരിക്കാൻ അവന്തിക മുൻകൈയെടുക്കുമ്പോഴൊക്കെയും അവന് കലശലായ വയറുവേദന അനുഭവപ്പെട്ടു. അത് അടിവയറ്റിൽ നിന്നും പെരുവിരൽ വരെ നീണ്ടുകിടക്കുകയാണെന്ന് അവൻ തിരിച്ചറിഞ്ഞു. അതവനെ ഐസിയുവിലേക്കും അവിടെ നിന്നും ഇലക്ട്രിക്ക് ശ്മശാനത്തിലേക്കും മാറ്റിയേക്കുമെന്ന് നികിതേഷ് കരുതി. അയാളുടെ ഉള്ളിൽ നിന്ന് അകാരണമായ ഭയം മുറിവേറ്റ പക്ഷിയെ പോലെ ചിറകടിച്ചു തലതല്ലി കരഞ്ഞു കൊണ്ടിരുന്നു.

അവന്തികയെ ഒഴിവാക്കാൻ അല്പം കൂടുതൽ പ്രയാസപ്പെടേണ്ടിവന്നു നികതേഷിന്. പിന്നീട് ആരുടേയും മുഖത്തുപോലും നോക്കാതിരിക്കാനായി അവന്റെ ശ്രമം. അവന്തിക മറ്റൊരാളുടെ ഭാര്യയായി ഉത്തരേന്ത്യയിലെ സ്വന്തം ഗ്രാമത്തിലേക്കു മടങ്ങിക്കഴിഞ്ഞിരുന്നു. പക്ഷേ മഹേഷ്, അവൻ ഇടക്ക് വളരെ അപൂർവ്വമായി മാത്രം നികതേഷിന്റെ നീണ്ടു വെളുത്തുമെലിഞ്ഞ വിരലുകളെ ചെറുതായി തൊട്ടുഴിഞ്ഞുകൊണ്ട്, തന്റെ സ്വപ്നത്തെക്കുറിച്ചു പറഞ്ഞിരുന്നു. നികി അപ്പാഴൊക്കെ തന്റെ വിരലുകൾ പിൻവലിക്കുകയും ചെയ്തിരുന്നു!

ഒടുവിൽ ഒരു നാൾ മഹേഷ് പറഞ്ഞു, 'നോക്ക് നീയിത് എത്ര കാലം?' അവൻ ചിരിച്ചു, 'ജീവനുള്ള കാലം.' അതു മഹേഷ് ഏറ്റു പറഞ്ഞു, ജീവനുള്ള കാലം വരെ...!

അവന്തിക ടെലിവിഷനിലെ സന്ധ്യവാർത്ത കാണുകയായിരുന്നു. ഇടക്ക് ഒരു വാർത്ത സ്ക്രോൾ ചെയ്തു, മുംബൈ കല്യാണിലെ കമ്പനിയിൽ നിന്നും നൈറ്റ്ഷിഫ്റ്റ് കഴിഞ്ഞു മടങ്ങിയ യുവാവ് കൊല്ലപ്പെട്ടിരിക്കുന്നു. യുവാവിന്റെ ചിത്രം തെളിഞ്ഞു. അത് നികിതേഷ് ആണ്. തൊട്ടടുത്ത് കൊലപാതകിയുടെ പേര് തെളിഞ്ഞു മഹേഷ് വാല്മീകി! അവന്തിക ഡയറിയെടുത്ത് ഇങ്ങനെയെഴുതി, 'അവനവനെ മാത്രം സ്നേഹിച്ച ആൾ, അവൻ മാത്രമുള്ളിടത്തേക്ക് മടങ്ങിയിരിക്കുന്നു. അല്ല, മടക്കി അയച്ചിരിക്കുന്നു.'

തിരിഞ്ഞ് ടിവിക്കരികിലേക്കു നടക്കുമ്പോൾ അവൾ പിറുപിറുത്തു, 'ശവം, കുറച്ചുകാലംകൂടി ജീവിക്കേണ്ടവൻ ആയിരുന്നു, പക്ഷേ...!'

൦൦

## 10
## സ്റ്റോപ് വാച്ച്

ഏതു ദിവസം വേണമെങ്കിലും സണ്ണിക്ക് ജോലി നഷ്ടപ്പെടും. അയാൾക്കും അതറിയാം. അയാളുടെ ജോലി നഷ്ടപ്പെടുന്ന കാര്യത്തിൽ തീരുമാനം മുകളിൽ നിന്നാണെങ്കിലും അതിന്റെ സകലമാന പേപ്പർ വർക്കുകളും നടത്തേണ്ടത് ഞാനാണ്. ഒടുവിൽ, ടിക്കറ്റെടുത്ത് പാസ്പോർട്ട് കൈമാറേണ്ടുന്ന ഒരു ദിവസം വരും. അതാണ് എന്നെയും നടുക്കുന്നത്.

സണ്ണി വെറുമൊരു സഹപ്രവർത്തകനല്ല എനിക്ക്. ഒരിക്കലും രക്ഷപ്പെടില്ലെന്നു കരുതിയ വലിയൊരു അപകടത്തിൽ നിന്നും എന്നെ രക്ഷിച്ചത് അയാളാണ്. വാഹനാപകടമായിരുന്നു. ജബലാലിയിൽ നിന്നും തിരിച്ച് ദുബൈയിലേക്ക് വരുമ്പോൾ ലൈൻ തെറ്റിച്ചെത്തിയ കണ്ടെയ്നറിന് അടിയിലേക്കാണ് കാർ ഓടിക്കയറിയത്. വണ്ടിക്കുള്ളിൽ നിന്നും വലിച്ചെടുത്ത് ആംബുലൻസിലേക്ക് മാറ്റിയതേ ഓർമ്മയുള്ളു. തിരിച്ച് ആഴ്ചകൾക്ക് ശേഷം മുറിയിലേക്ക് മാറ്റിയപ്പോഴാണ്, കൂടെയുള്ളവർ പറഞ്ഞത് എന്റെ ശരീരത്തിലോടുന്നത് സണ്ണിയുടെ രക്തമാണെന്ന്! അതിൽ പിന്നെയാകണം, സണ്ണിയോട് വല്ലാത്തൊരു അടുപ്പം തോന്നിയിരുന്നു. വഴിവിട്ട ഒരു സഹായം ആർക്കും ചെയ്തു കൊടുക്കാത്തവൻ എന്ന ദുഷ്പേര് സണ്ണിയുടെ കാര്യത്തിൽ എനിക്ക് മാറിക്കിട്ടി. അയാൾ പറയുന്നത് എനിക്ക് വേദവാക്യം പോലെ തോന്നിത്തുടങ്ങിയ നാളുകളിലായിരുന്നു കോവിഡ് പടർന്ന് കത്തിയത്.

ബ്രിട്ടീഷ് കമ്പനിയാണ് ഞങ്ങളുടേത്. കോവിഡിനെ തുടർന്ന് പ്രതിസന്ധി വ്യാപകമായതോടെ പല കോൺട്രാക്ടുകളും കമ്പനിക്ക് നഷ്ടപ്പെട്ടു. ഏതാണ്ട് പന്തീരായിരത്തോളം പേർ പണിയെടുത്തിരുന്ന പല കൺസ്ട്രക്ഷൻ സൈറ്റുകളും അടച്ചു പൂട്ടി. ഫിലിപ്പീൻസുകാരും ബംഗ്ലാദേശികളും പാക്കിസ്ഥാൻകാരുമടക്കം ആയി

രങ്ങൾ തിരികെ പോയി. എല്ലാവരുടേയും യാത്രാരേഖകളിൽ ഒപ്പിട്ട് തളർന്ന ദിവസങ്ങളായിരുന്നു അത്. അവരുടെയൊക്കെ ക്യാമ്പ് ഓഫീസുകൾ നോക്കി നടത്തിയിരുന്നത് പലരായിരുന്നു. അവരെയും കമ്പനി പറഞ്ഞുവിട്ടു. നാഷണൽ പെയ്ന്റ്സിനു സമീപം കമ്പനി കെട്ടിപ്പൊക്കുന്ന നിരവധി നിലകളുള്ള ടവറിന്റെ പണി പാതിവഴിയിൽ നിലച്ചിരിക്കുകയാണ്. ഇനിയത് തുടരുമെന്നു തോന്നുന്നില്ല. സ്ട്രക്ചറൽ വർക്ക് മാത്രമാണ് ഉണ്ടായിരുന്നത്. അതിന്റെ പണിക്കായി വന്നിരുന്നവരെയൊക്കെയും പറഞ്ഞുവിടുന്ന തിരക്കായിരുന്നു കഴിഞ്ഞ ഒരു മാസമായി. ഇപ്പോൾ ആ ക്യാമ്പ് ഏതാണ്ട് ശൂന്യമായിരിക്കുന്നു. അവശേഷിക്കുന്നത് സണ്ണിയെപ്പോലെ ഏതാനും പേർമാത്രം.

രാവിലെ വന്ന ആദ്യത്തെ മെയിൽ തന്നെ 'വാട്ട് എബൗട്ട് ദി ക്യാമ്പ് ഓഫീസർ' എന്നായിരുന്നു. അതായത്, സണ്ണിയെ പറഞ്ഞുവിട്ടില്ലേ ഇതുവരെ, എന്നാണ് സായ്പിന്റെ ലണ്ടനിൽ നിന്നുള്ള ചോദ്യം! എങ്ങനെ പറഞ്ഞുവിടും? അയാളുടെ കണ്ണുകളിൽ ദയനീയതയുണ്ട്. അടുത്ത പരിചയക്കാരായതിനു ശേഷമാണ്, അതും ആവർത്തിച്ചു ചോദിച്ചതിനു ശേഷമാണ് സണ്ണി കാര്യങ്ങൾ പറയുന്നത്. ഇഷ്ടപ്പെട്ട പെണ്ണിനെ കെട്ടാൻ വീട്ടിലെല്ലാവരേയും ഉപേക്ഷിച്ചാണ് ഇറങ്ങിപ്പോയത്. ആദ്യം കൊച്ചിയിലൊരു കൊറിയർ സർവീസിലായിരുന്നു ജോലി. എങ്ങനെ നോക്കിയാലും വാടകയും വീട്ടുചെലവും തമ്മിൽ കൂട്ടിമുട്ടുന്നില്ലെന്നു കണ്ടപ്പോഴാണ് അയാൾ ഭാര്യ സിമിയെ ട്രാവൽ ഏജൻസിയിൽ ജോലിക്ക് വിടുന്നത്. ആയിടയ്ക്ക് അവൾ ഗർഭിണിയായി, അതും ഇരട്ടക്കുട്ടികൾ. പലപ്പോഴും ആരോഗ്യപ്രശ്നങ്ങൾ! ബ്ലീഡിങ്ങ് ഉണ്ടായപ്പോൾ ബക്കറ്റിൽ വരെ ചോര പിടിച്ചതടക്കമുള്ള കാര്യങ്ങൾ സണ്ണി കണ്ണുനിറഞ്ഞു പറഞ്ഞിട്ടുണ്ട്. കുട്ടികൾ രണ്ടും നഷ്ടപ്പെട്ടു. പിന്നെയും അതിജീവനത്തിനു വേണ്ടിയുള്ള ശ്രമം. ആയിടയ്ക്ക് വീണ്ടും സിമി ജോലിക്ക് കയറി, അതും തുടർന്നില്ല. അതിനു മുന്നേ, അവൾ വീണ്ടും ഗർഭിണിയായി. അതോടെ, അവളുടെ വീട്ടിൽ നിന്നും അമ്മയും ചേച്ചിയും പതുക്കെ പിണക്കം മാറി അവളെ കൂട്ടിക്കൊണ്ടു പോകാൻ വന്നു. അതായിരുന്നു സണ്ണിയുടെ ജീവിതം മാറ്റിമറിച്ചത്.

കൊച്ചിയിലെ വാടകവീട് വിട്ട അവർ ചെല്ലാനത്തെ, സിമിയുടെ വീട്ടിലേക്ക് താമസം മാറ്റി. വൈകാതെ അവളുടെ അപ്പൻ മരിച്ചു. സിമിയുടെ ചേച്ചിയുടെ വിവാഹം കഴിഞ്ഞിരുന്നില്ല. അത്

വല്ലാത്തൊരു അവസ്ഥയായിരുന്നുവെന്ന് സണ്ണി എപ്പോഴും പറയും. മറ്റു മാർഗ്ഗങ്ങളൊന്നുമില്ലാതെയാണ് അയാൾ ദുബായിലേക്ക് വരുന്നത്. ഇവിടെ വന്നതിനു ശേഷം ഒരിക്കൽ മാത്രമാണ് അയാൾ നാട്ടിൽ പോയത്. കുട്ടിക്ക് ഇപ്പോൾ ഏഴു വയസായിരിക്കുന്നു! ചേച്ചിയുടെ കല്യാണം കഴിഞ്ഞു, അധികം കഴിയും മുമ്പ് അത് ഡൈവോഴ്സുമായി. എല്ലാ പ്രാരാബ്ധവും ഒറ്റയ്ക്ക് തുഴയുന്ന കാര്യം പറയുമ്പോൾ സണ്ണി പറയും, 'ജീവിതത്തിന് നിറങ്ങളുണ്ടാകുമ്പോഴാണ് ബന്ധങ്ങളുണ്ടാവുന്നത്. അതുകൊണ്ട് സാറേ, ബ്ലാക്ക് ആൻഡ് വൈറ്റ് സ്വപ്നങ്ങൾ മതി എനിക്ക്!'

സണ്ണിയാണ് ഇപ്പോൾ അയാളുടെ കുടുംബവും നോക്കുന്നത്. എങ്ങനെയാണ് കാര്യങ്ങൾ നടന്നുപോകുന്നതെന്ന് അയാൾക്ക് തന്നെ അറിയില്ല. രാത്രിയിൽ സണ്ണി കള്ളടാക്സി ഓടിക്കുന്നുണ്ട്. പുലർച്ചെ കേറ്ററിങ് ജോലിയുണ്ട്. ക്യാമ്പ് സൈറ്റിൽ ക്ലീനിങ് കോൺട്രാക്ട് ആരുമറിയാതെ നടത്തുന്നുണ്ട്. ഒരിക്കൽ പോലും അയാൾ വെറുതെ ഇരിക്കുന്നത് ആരും കണ്ടിട്ടില്ല, ഉറങ്ങുന്നതും!

ഈ ജോലി ശരിക്കും ഒരു കച്ചിത്തുരുമ്പാണ്, അതു നഷ്ടപ്പെട്ടാൽ അയാൾ എന്ത് ചെയ്യും? അതുതന്നെയാണ് ഞാൻ ആലോചിച്ചത്. എനിക്കും അയാളെപ്പോലെ തന്നെ ജോലി നഷ്ടപ്പെട്ടേക്കും. പക്ഷേ, അതെനിക്ക് വലിയൊരു അനുഗ്രഹമായാണ് തോന്നുന്നത്. 'നാട്ടിലേക്ക് വരൂ, ആവശ്യത്തിൽ കൂടുതൽ സമ്പാദിച്ചില്ലേ' എന്നാണ് ഭാര്യയുടെ പറച്ചിൽ. ശരിയാണ്, മൂന്നാറിലെ പുതിയ റിസോർട്ടിന്റെ ജോലി കഴിഞ്ഞാലുടൻ ഇവിടം വിടണമെന്നു കരുതിയതാണ്. പക്ഷേ സായ്പ് സമ്മതിച്ചില്ല. ഇപ്പോഴിതാ വർക്കലയിലും ചെറായിലും റിസോർട്ട് വന്നിരിക്കുന്നു. എന്നിട്ടും ജോലിക്കാരനായി ഇവിടെ തന്നെ തുടരേണ്ടി വരുന്നു. അതൊക്കെയാണ് ജീവിതം. ജോലി ചെയ്യാനായി ജനിച്ചവനാണ് താനെന്നാണ് അമ്മച്ചിയുടെ പക്ഷം. ശരിയാണ്, ഓരോരുത്തർക്കും ഓരോ ന്യായം.

ഫോണിൽ വിളിച്ച് സായ്പ് പറഞ്ഞു, 'പ്രൊജക്ട് അബാൻഡഡ് ആണ്, കംപ്ലീറ്റ് സ്റ്റാഫിനെയും ഡിസ്പോസ് ചെയ്യണം.' ഞാനടക്കം പതിനൊന്നു പേരെ മാത്രമേ നിർത്തുന്നുള്ളു. ദുബായ് ഓഫീസ് കമ്പനി വൈൻഡപ്പ് ചെയ്യുന്നില്ല. ഞാൻ എങ്ങനെ സണ്ണിക്ക് ടെർമിനേഷൻ ലെറ്റർ കൊടുക്കും? അയാളെ എനിക്ക് അങ്ങനെ ഒഴിവാക്കാനാകുമോ? എന്റെ ഏതെങ്കിലും റിസോർട്ടിൽ ജോലിക്ക് കയറാൻ അയാളോടു പറഞ്ഞാലോ എന്നു ചിന്തിച്ചെങ്കിലും

എനിക്ക് അയാളുടെ മനസ്സ് അറിയാമായിരുന്നു. അയാൾക്ക് ഒരിക്കലും എന്റെ കീഴിൽ ജോലി ചെയ്യാനാവില്ല. എനിക്കും അതിനു കഴിയില്ല. സണ്ണിയെ ഒഴിവാക്കാൻ മുകളിൽ നിന്നു പ്രഷർ ഉണ്ടെന്നും വൈകുന്നേരത്തോടെ തീരുമാനം വരുമെന്നും പറയാൻ ഞാൻ സഹപ്രവർത്തകനെ പറഞ്ഞേൽപ്പിച്ചു. എനിക്കത് സണ്ണിയോട് പറയാൻ കഴിയുമായിരുന്നില്ല.

അയാളാണ് പറഞ്ഞത്, നമ്മൾ വിചാരിക്കുന്നതു പോലെയല്ല, സണ്ണിക്ക് വലിയ കടങ്ങളുണ്ടെന്ന്. ക്രഡിറ്റ് കാർഡ് ലോൺ ഭീകരമാണ്, അയാൾക്ക് ഇവിടെ നിന്നു കയറിപ്പോകാനാവില്ല. നമുക്ക് സഹായിക്കാൻ പറ്റുമോ എന്നു ഞാൻ അന്വേഷിച്ചു. അയാൾ ആത്മാഭിമാനിയാണെന്നാണെന്നാണ് കൂടെ ജോലി ചെയ്ത ഫിനാൻഷ്യൽ മാനേജർ പറഞ്ഞത്. എന്തായാലും സണ്ണിക്ക് നല്ലൊരു തുക കൊടുക്കാൻ ഞാൻ ശുപാർശ ചെയ്തു. അത് സണ്ണി പ്രതീക്ഷിക്കുന്നുണ്ടാവില്ലെന്ന് എനിക്ക് അറിയാം. കാരണം, ഞങ്ങളുടെ കമ്പനിയിൽ അങ്ങനെയൊരു പതിവില്ലായിരുന്നു. തന്നെയുമല്ല, സണ്ണി അത്തരമൊരു കാറ്റഗറിയിൽ ജോലി ചെയ്യുന്നയാളുമായിരുന്നില്ലല്ലോ.

ഞാനൊന്നുകൂടി ചിന്തിച്ചു. അയാളുടെ ക്രെഡിറ്റ്കാർഡ് ലോണുകൾ മുഴുവൻ ഞാനടച്ചു തീർക്കും. നല്ലൊരു തുക കമ്പനിയിൽ നിന്നും ശരിയാക്കി കൊടുക്കാം. നാട്ടിൽ എന്റെ റിസോർട്ടിന്റെ മാർക്കറ്റിങ് പൂർണ്ണമായും സണ്ണിയെ ഏൽപ്പിക്കാം. ജീവിതമല്ലേ, എന്തും സംഭവിക്കാം. ഒരുപക്ഷേ, നാളെ ഞാൻ സണ്ണിയുടെ കീഴിൽ ജോലി ചെയ്യേണ്ടവനായിരിക്കാം. എന്നാലും സാരമില്ല, എന്റെ ശരീരത്തിൽ ഓടുന്നത് അയാളുടെ രക്തമല്ലേ? ഒരുതരത്തിൽ, അത് ഞാൻ തന്നെയല്ലേ! അതെല്ലാം മുകളിലൊരാളുണ്ട്, അവൻ തീരുമാനിക്കട്ടെ.

കാര്യം പറയാൻ വിളിച്ചിട്ട് സണ്ണി ഫോൺ എടുക്കുന്നില്ല. എന്തായാലും സണ്ണിയുടെ പേയ്മെന്റുകൾ എല്ലാം ഞാൻ റിലീസ് ചെയ്യിപ്പിച്ചു. സണ്ണി കോൺട്രാക്ട് വർക്കുകൾ തീർക്കുന്ന തിരക്കിലായിരിക്കും എന്നാണ് കരുതിയത്. രാത്രി വൈകിയും അയാൾ ഫോൺ എടുത്തില്ല, പിറ്റേന്നും. വില്ലയിലെ ഏ.സി. മുറിയിൽ തണുപ്പ് കൂട്ടിയിട്ട്, കണ്ണടച്ച് കിടക്കാൻ നോക്കിയിട്ടും ഒരുപോള ഉറക്കം വന്നില്ല. സണ്ണി പോകാറുള്ളിടത്തൊക്കെ വിളിച്ചു നോക്കി. അയാളെ കാണുന്നില്ല. അയാൾ എവിടെ പോയിരിക്കും. രാവിലെ നേരം വെളുത്തപ്പോൾ തന്നെ ഞാൻ കാറുമെടുത്ത് ക്യാമ്പ് സൈ

റ്റിലേക്ക് ചെന്നു. അയാൾ അവിടെയെവിടെയെങ്കിലും കാണുമായിരിക്കുമെന്ന് മനസ് പറഞ്ഞിരുന്നു.

അവിടമൊരു ഉപേക്ഷിക്കപ്പെട്ട നഗരം പോലെ തോന്നിച്ചു. മെഷിനുകളുടെ ഇടയിലൂടെ ഞാൻ ക്യാമ്പ് സൈറ്റിനുള്ളിലേക്ക് കയറി. അവിടെ നിരവധി മനുഷ്യരുടെ മണം കട്ടപിടിച്ചു നിന്നിരുന്നു. പരിമിതമായ സൗകര്യങ്ങളിൽ ജീവിച്ചിരുന്ന ആയിരങ്ങളുടെ ശ്വാസം അവിടെ ഒരുമിച്ച് പ്രതിധ്വനിക്കുന്നത് ഞാനറിഞ്ഞു. അതിലൊരു ഷെഡിന്റെ മൂലയിൽ ശ്വാസം നഷ്ടപ്പെട്ട് സണ്ണി കിടപ്പുണ്ടായിരുന്നു, തണുത്തുറഞ്ഞ ശരീരത്തിൽ ഉറുമ്പുകൾ ചുറ്റിനടക്കുന്നുണ്ടായിരുന്നു... എന്റെ രക്തം വാർന്നു പോകുന്നതും, കാലിനടിയിൽ വലിയൊരു ഉറുമ്പുകൂട് രൂപപ്പെടുന്നതും ഞാനറിഞ്ഞു!